காஞ்சிர மரத்தடியில்...

மோனிகா மாறன்

காஞ்சிர மரத்தடியில் : சிறுகதைகள்
ஆசிரியர் : மோனிகாமாறன்

: © ஆசிரியருக்கு

முதல் பதிப்பு : ஆகஸ்ட் 2020
அட்டைப் புகைப்படம் : பி.எஸ். வம்சி
வெளியீடு : வம்சி புக்ஸ்
19, டி.எம்.சாரோன்,
திருவண்ணாமலை - 606 601
9445870995, 04175 - 235806
அச்சாக்கம் : மணி ஆப்செட், சென்னை - 600 077
விலை : ₹170/-
ISBN : 978-93-84598-89-1

Kanjira marathadiyil : Short Stories
Author : Monika maran

: © Author

First Edition : August - 2020
Cover Photo : B.S. Vamsi
Published by : Vamsi books
19.D.M.Saron,
Tiruvannamalai - 606 601
9445870995, 04175 - 235806
Printed by : Mani Offset, Chennai - 600077
Price : ₹170/-
ISBN : 978-93-84598-89-1
www.vamsibooks.com - e-mail: vamsibooks@yahoo.com

எங்கள் நினைவுகளில் என்றும் நிறைந்திருக்கும்
ஸ்பென்சருக்கு....

முன்னுரை

சிறுகதை என்பது எனக்கு மிகவும் பிடித்த இலக்கிய வடிவம். பல ஆண்டுகள் இடைவெளிக்குப்பின் நான் எழுதத் தொடங்கிய போது சிறுகதைகளையே எழுதினேன். ஒரு சிறுகதை உண்டாக்கிய தாக்கம் வாழ்நாள் முழுக்க தொடர்வதை வாசகர்கள் பலர் உணர்ந்திருக்கலாம். நானும் அப்படி பல சிறுகதைகளுடன் வளர்ந்திருக்கிறேன். ஆகவே இந்த தொகுப்பிலுள்ள சிறுகதைகளை நான் மிகவும் ரசித்து எழுதினேன்.

இவை கடந்த சில ஆண்டுகளில் இணைய இதழ்களில் வெளிவந்தவை. நான் எழுதி பழகிக்கொண்ட ஆரம்ப கால எழுத்துகளும் இந்த தொகுப்பில் உள்ளன. அவற்றை எந்த திருத்தங்களும் செய்யாமல் அப்படியே வெளியிட எண்ணினேன். அதனால் இத்தொகுப்பில் என்னுடைய பல்வேறு விதமான கதைகள் இடம் பெற்றுள்ளன. இவற்றை வாசிப்பவர்களுக்கு அந்த உணர்வுகள் கடத்தப்படும் என்று விழைகிறேன்.

எப்பொழுதும் போல் இந்நூலின் அனைத்து உருவாக்கத்திலும் என்னுடன் வந்த என் கணவர் தமிழ் மாறன் அவர்களை இதன் சக எழுத்தாளராகவே கருத வேண்டுகிறேன்.

இப்புத்தகத்தை சிறப்பாக வெளியிடும் வம்சி பதிப்பகத்திற்கு என் நன்றி.

மோனிகா மாறன்

வேலூர்.

ஆசிரியரைப்பற்றி

இலக்கிய வாசிப்பில் ஆர்வம் கொண்ட மோனிகா மாறனின் முதல் சிறுகதைத்தொகுப்பு இது. கல்கி நினைவு குறுநாவல் போட்டி, காக்கைச் சிறகினிலே இதழ் நடத்திய குறும்பு தினப் போட்டி ஆகியவற்றில் பரிசு பெற்றுள்ளார். இருபதிற்கும் மேற்பட்ட சிறுகதைகள், கவிதைகள், கட்டுரைகள் வெளிவந்துள்ளன. வேலூரில் பள்ளிக் கல்வித்துறையில் பணியாற்றுகிறார்.

கணவர்: தமிழ்மாறன்
மகள்கள்: ஓவியா, இலக்கியா.
maranmoni@gmail.com
jawadhumalai.word press.com

1. காஞ்சிர மரத்தடியில் 07

2. சந்தியா 17

3. பார் மகளே பார் 27

4. காட்டத்தி மரங்கள் 35

5. வேழம் 43

6. நட்ட கல்லும் பேசுமோ 53

7. ஆழ்துயில் 62

8. ஸ்பென்சர் 75

9. தேன் 87

10. ரஞ்சனி 96

11. விசும்பின்துளி 103

12. அழியாவனம் 111

13. குரவை மீன்கள் புதைந்த சேறு 150

காஞ்சிர மரத்தடியில்

‘‘சார்வாள்! சொகமாயிரிக்கீறா?’’ இத்தனை ஆண்டுகளுக்குப் பின்னும் வள்ளிநாயகத்தின் குரலில் குமரித்தமிழ் கொஞ்சியது. ‘‘ஜே. எம். எஸ். பஸ்ஸுல என்ன கூட்டம்.நல்ல குளுரு வேற. சமுனாமரத்தூர் எப்படி மாறிடுச்சு. நாப்பது வருசமாயிட்டுல்ல. தம்பி கல்யாணங் கெட்டாமலே இருந்துட்டீக. நம்ம ஊரு பக்கம் ஏதாச்சும் நல்ல நாயரு பொண்ண அம்பது பவுனோட முடிச்சிருக்கலாம்’’.

நான் சிரித்தேன். ‘‘நம்ம எளங்கோவன் மகளாட்டு நாரோல்ல தா கலியாணம் வச்சிருக்கு. நீரு வாரீரு. அந்தால என்னமாச்சும் சொல்லீட்டு இங்கனயே கெடந்தீரு. சவட்டி புடுவேன். ரிட்டைடாயிட்டு இன்னும் என்னவே இந்தூருல? நம்ம மக்க மனுசாளோட வந்து சேராம’’. என்மீது மாறா அன்பு கொண்ட தம்பதியர். தம்பி மகளின் திருமண அழைப்பினைத் தந்து விடைபெற்றனர்.

என் வாழ்வு இவ்விடத்தை விட்டு நகராது. ‘‘செண்பக வனம்’’. பெயர்ப்பலகையை நோக்குகிறேன். எழுபத்து மூன்றில் நான் இந்த ஜவ்வாது மலைக்கு வந்தபோது, ‘‘சாருக்க சுசீந்தரமா ?எனக்க தக்கல ,இந்தா இவ ஆரவாமொளிக்காரிதான்,’’ என என்னை வரவேற்று போஷித்த ஆசிரியர் தம்பதியர்தான் இந்த வள்ளி நாயகமும் கோலம்மையும்.

ஷெல்லியையும் கீட்ஸையும் கம்பனையும் கபிலரையும் நேசித்த எனக்கு, அன்றைய ஜவ்வாது மலையின் பனியும் அமைதியும், மயக்கும் பேரெழிலாய்த் தோன்றியது. அன்று காப்புக்காடெங்கும் சந்தன மரங்கள் பரவியிருந்தன. எட்டியும் புங்கனும் காட்டு வாகையும் வேங்கையும் துறிஞ்சியும் தான்றியும் ஈட்டியும் ஆலும் அரசும் மலை வேம்பும் நெல்லியும் எங்கும் அடர்ந்து, லண்டானா புதர்களும் கோவங்கொடிகளும் ஊனாங்கொடிகளுமாய் அழியா வனமாய் இருந்தது. வாச்சர் கோவிந்தனின் துணையுடன் மலையைச் சுற்றி வந்தேன்.

''சார்வாள் கேட்டியளா? இந்த மலை புதுசா வந்த ஒடனே அழகாத்தானிருக்கும். மா, பலா, வாழையோடு மரத்துல மந்தியாடும்னு குத்தாலக்குறவஞ்சி பாடத்தோணும். ஒரு மாசத்துல குப்புற படுத்துடுவீரு. ஒம்ம கூடவே கெடக்கானுவளே இவனுவ கஞ்சாவையும் தண்ணியையும் பளக்கிடுவானுவ. ஊருல அம்மைக்கு எழுதி நல்ல பொண்ணா பாத்து கெட்டி கூட்டிட்டு வாரும்.''

வள்ளி நாயகம் சாரின் அறிவுரைகள் சரியென்றே சில மாதங்களில் எனக்கு தோன்றத் தொடங்கியது. வாச்சர் கோவிந்தனும் கார்டு கிஷ்டனும் அந்த மலைவாசிகளே. அவர்களே எனக்கு சமையலும் துணையும்.

கரும்பச்சை மரங்களடர்ந்த பங்களாவில் தூரத்தில் மேயும் ஆடுகளின் ஒலிகளும் மைனாக்களின் கிரீச்சிடல்களும் சிட்டுகளின் ஓசைகளுமே சத்தங்கள்.

பனிபடர்ந்த காலைகளில் என் பங்களாவின் வெளிப்புறத்தில் படர்ந்திருக்கும் ஆலமரத்தின் விழுதுகளை, பவளங்களாய்ச் சிவந்த கனிகளை, தங்கநிறத் துளிர்களைக் கையில் கடுங்காப்பியுடன் புகை மூட்டமாய் பார்க்கையில் மனதில் ஷெல்லியின் வரிகள் 'இளங்காற்று தன் மெல்லிய பனித்துளிகளால் செடியை வளர்த்தது இரவின் முத்தங்கள் அதைத் தொட்டபோது இலைகள் மூடிக்கொணடன!'

ஒரு நாள் காலையில் பட்டறைக்காடு மலைமீது கையில் ஒரு தடியுடன் ஏறினேன். பார்க்க யாருமற்ற அவ்விடத்தில் மஞ்சளும் ஊதாவும் சிவப்பும் நீலமும் வெண்மையுமாய் அத்தனை மலர்கள். சந்தன மரங்களில் போட்டிருந்த எண்களை சரிபார்த்துக் கொண்டே உச்சியை அடைகையில் தூரத்தில் ஆடுகளைப்பார்த்தேன்.

மலை உச்சியில் அடர்ந்த பசும்புற்கள். அங்கே ஒரு காஞ்சிர மரத்தின்மீது ஒயிலாகச் சாய்ந்து அவள் அமர்ந்திருந்தாள். எதிர்க்காற்றில் குழல் கற்றைகள் பறக்க ஒரு காலை மடக்கி ஆடுகளைப் பார்த்தவாறு அவள் அமர்ந்திருந்த கோலம் என் மனதினுள் அழியாச் சித்திரமாய் படிந்தது.

பசும் வண்ணத்தில் காஞ்சிர மலர்கள் காற்றில் அவள் மீது உதிர்ந்து கொண்டிருந்தன. நான் ஏதோ வனப்பேச்சியோ என்று தான் ஒருகணம் மயங்கினேன். புற்களையும் சருகுகளையும் மிதித்துக் கொண்டே நான் அருகில் சென்ற சப்தம் கேட்டுத் திரும்பி அரண்டு எழுந்து நின்றாள். என்னை நோக்கி.

'' தாதன் இங்க இல்ல சாரு'' என்றாள்.

தாதன் அப்பகுதி வாச்சர்.

'' நீ இங்க தனியா என்ன பண்ற?'' என்றேன்.

''ஆடு சாரு'' என்றவாறே ஓடிவிட்டாள். எனக்கு ஒரு நொடி சொப்பன மயக்கமோ என்று தோன்றியது. இத்தனை முழுமையான அழகுடன் ஒரு பெண் இருக்க முடியுமா? சின்ன வயதில் அம்மாவுடன் ஊரில் குலதெய்வக்கோவிலில் படையலிடச் சென்றபோது காட்டு வழியில் தனியாக மரத்தடியில் அமர்ந்திருந்த யட்சி சிலை மனதில். வெயில் மழை காற்று என எல்லாவற்றையும் பார்த்து பழமையின், காலத்தின் அழகு படிந்து எண்ணைக் கருமையுடன் புன்னகைத்து அமர்ந்திருந்த 'யட்சி' போன்றவளே இவளும் என்றே எண்ணினேன்.

எத்தனை கருமை. தெய்வச்சிலைகளுக்கே உரிய மாயக்கவர்ச்சி அந்தக் கருப்பு. அவள் கூந்தலில் சூடியிருந்த செந்தூர நிற காட்டுமலர், காதோரம் படர்ந்திருந்த கூந்தலின் நெளிவு, நெற்றியின் செறிவு, குவலயத்து எளிமையெல்லாம் ஒருங்கே கொண்ட அகன்ற விழிகள், நேரான மூக்கு, முதிரா கன்னியின் இதழ்கள் . அவள் ஓர் ஆதி பெண் தெய்வமாகவே எனக்குத் தோன்றினாள். மறுநாள் அவளைத்தேடி அலைந்தேன்.

காட்டு நெல்லி மரங்கள் பசுங்காய்களுடன் நிறைந்திருந்தன. செந்நிற இலைகளுடன் நுணா மரங்கள். பெயரறியாச் செடிகள், காட்டாமணக்குப் புதர்கள் படர்ந்திருந்த காட்டுக்கொடிகளில் ஊதா வண்ண மலர்கள், கொத்து கொத்தான சிவந்த பழங்கள், தட்டாரைப்பூச்சிகள், நீலவண்ண மலர்கள்,தேனீக்கள், ஓணான்கள் நாகணவாய்ப்பறவைகள், தேன் சிட்டுகள், வண்ணாத்திப் பூச்சிகள், தவிட்டுக்குருவிகள், மணிப்புறாக்கள் என காடு உயிர்ப்புடன் இருந்த உள்பகுதியில் அவளை மீண்டும் பார்த்தேன். கையில் பொன்னிறக் கொன்றை மலர்க்கொத்துடன காட்டு வாகை மரத்தடியில் நின்றிருந்தவள் என்னைப் பார்த்ததும் சிரித்தாள்.

‘முறியுணர்க்கொன்றை நனி பொன் கால’

அந்த உயரத்திலும் புழுங்கியது. வானம் இருண்டு மழையைக் கொணர்ந்தது. அங்கிருந்த பாறை மீது அமர்ந்தேன். அவளும் ஆடுகளும் அதே மரத்தடியில்.

மழையின் முழுமையை, காட்டில்தான் உணர இயலும். மரமும் கிளையும் புல்லும் கொடியும் கல்லும் எல்லாம் மழையைத் தழுவின. மழைக்கூதலில் சிற்றாடையைப் போர்த்தியபடி அமர்ந்திருந்த அவளை முழுமையாய் பார்க்கிறேன். இவள் கை விரல்கள் மட்டுமே போதுமே என் முழு வாழ்விற்கும்.

‘‘உன் பேரென்ன?’’

‘‘ செம்பகா’’

‘‘ காட்டுல தனியா இருக்க பயப்படமாட்டியா?’’

‘‘எங்கப்பன் இங்க தான் சுத்திட்டிருக்கும் சாரு. நான் இங்கயே பொறந்தவ. காட்டுல எனுக்கின்னா பயம்.’’

‘‘நீ எனக்கு காட்டைச் சுத்திக்காட்டுறயா’’ என்றேன்.

‘‘இன்னா பாக்கணும் சாரு?’’

‘‘எல்லா மரம் பேரும் பூவும் தெரியணும்.’’

‘‘உனுக்குத் தெரியாததா சாரு.’’

‘‘இல்ல, எனக்கு இங்க இருக்க மரமெல்லாந் தெரியல.’’

அவளுக்குச் சிரிப்பு வந்தது. பூத்த மலர்களையெல்லாம் கொய்து இவள் மீது சொரிந்தால் கூட அது ஒரு துளிதான். அந்தக் கால் விரல்களைப் பற்றி என் தலையில் மார்பில் வைத்து ராதையைக் கொண்டாடியக் கண்ணனாக மாற மனம் விழைந்தது. ‘பெண்’ தெய்வ வடிவுதானே!

‘‘இது வெப்ளாந்தழ சாரு! பழம் பழுக்க போடறது.’’

‘‘ஷெண்பகா என்ன சார்னு கூப்டாத. தேவான்னு சொல்லு.’’

‘‘அய்யோ’’, நாணினாள்.

‘‘ஏன் ஷெண்பகா நீ எவ்ளோ அழகுன்னு உனக்குத் தெரியுமா?’’

‘‘போ சார், நான் கருப்புதான! இங்க டீச்சருங்கள்ளாம் எம்மாஞ் செவப்பா திவ்ளோன்டு கை வச்ச லவிக்க போட்னு காதாண்ட முடிய வெட்டிகினு நகை அல்லாம் போட்டுகினு அழவா கீறாங்க’’

‘‘அய்யோ ஷெண்பகா! அதெல்லாம் சும்மா வேஸ்ட், வெளி வேஷம். நீ தான் உண்மையான அழகு. ஏஞ்சல்!’’

"அப்டீன்னா?"

"ஏஞ்சல்னா தேவதை. எங்க ஊர்ல கடல் இருக்கு. அங்க நாங்க கும்பிடற சாமி கன்னியா" சிவனுக்காக காலங்காலமா தவம் நிக்கறா, அவ தான் கன்னியாகுமரி. அவ நித்ய கன்னி. ஆனா எல்லாருக்கும் தாய். நீயும் அப்படித்தான். மத்த பொம்பளைங்கல்லாம் உங்கிட்ட கூட வர முடியாது. உன் அழகே இந்த கறுப்புதான்."

நான் பேசப்பேச பெண்களுக்கே உரிய உள்ளுணர்வில் என்னை அறிந்து கொண்ட மாதிரி நோக்கியவள், "மெய்யாவா" என்றாள்.

அவள் மூக்கிலும் காதுகளிலும் காய்ந்த காஞ்சிர மலர்களை அணிந்திருந்தாள். கைகளில் சிவப்பு வண்ண கண்ணாடி வளைகள். அதுவே பேரழகாய் இருந்தது. இடை வரை அடர்ந்த சிகையும் துள்ளல் நடையும் கபடமற்ற விழிகளும் சுழிக்கும் இதழ்களும் புருவங்களும் நாசியும் அவளை முழுமையாக்கின ஒளிரும் கறுப்பும், காட்டுக் கொடி போன்ற எழில் வடிவும், எனக்கு அவள் வன தேவதையாகவே மாறிவிட்டாள்.

காட்டில் கொன்றை மலர்களையும் வேங்கைப்பூக்களையும் ஊமத்தம்பூக்களையும் கருப்பும் சிவப்பும் கலந்த குன்றின் மணி விதைகளையும் காற்றில் வெடித்துச் சிதறும் கரண்டிக்காய்களையும் காடை, பாம்பு முட்டைகளையும் காண்பித்தாள்.

"அய்யோ! அந்த பூ கிட்ட போவக்கூடாது. கண்ணு நோவு வரும்னு எங்க ஆசா சொல்லுச்சி." செந்நிறத் தீப்பிழம்புகளாய் மலர்ந்திருந்த பூக்களைப் பார்த்துச் சொன்னாள்.

"இது செங்காந்தள். இதைப்பாடாத சங்கப்புலவனே கிடையாது தெரியுமா? குவியுணர்த்தோன்றி ஒண்பூ வண்ண கணங்கொள் சேவல்.."

"அதெல்லாம் எனுக்கின்னா தெரியுஞ்சார்" சிணுங்கினாள்.

ஒரு நாள், அருகிலுள்ள குட்டை ஒன்றில் மலர்ந்திருந்த வெண்ணிற அல்லிகளையும் கொட்டிப்பூக்களையும் பார்த்துக்கொண்டே இருவரும் புன்னை மரத்தடியில் அமர்ந்திருந்தோம். காட்டு மல்லிப்பூக்களைத் தொடுத்து கூந்தலில் சூடியிருந்தாள். ''என்னைக் கல்யாணம் பண்ணிக்கிறயா?'' என்றேன்.

அவள் விழிகளில் கண்ணீர்த்துளிகள். என்னை ஏறிட்டுப் பார்த்தவள் அங்கிருந்து திரும்பிப் பார்க்காமல் சென்றுவிட்டாள்.

'பூப்போல

உன்கண்

புலம்புமுத்து உறைப்ப'

என் மனம் கனத்தது.

அன்று முழுவதும் என்னால் யாரிடமும் பேச முடியவில்லை. நள்ளிரவில் வீட்டிலிருந்து எழுந்து வெளியில் வந்தேன். நிலவொளியில் பனிபடர்ந்த மலை சலனமின்றி ஜொலித்தது. நான் ஷெண்பகத்தின் குடிசையை நோக்கி நடந்தேன். அவள் வீட்டிற்கு சிறிது தூரத்தில் நின்றேன்.

'மாவுறங்கின புல்லுறங்கின வண்டுறங்கின கானுறங்கின வெங்கண்

மானிரு கண்ணுறங்கில'

கம்பனின் வரிகள் மனதிலோட சிறிது நேரம் பார்த்து விட்டுத் திரும்பிவிட்டேன். அதன் பிறகு இரண்டு நாட்கள் கழித்துதான் அவளைப் பார்த்தேன். காட்டோடை அருகில நீர் மத்தி மரத்தடியில் நின்றிருந்தாள். ''ஏன் என்னைப் பார்த்து ஒளியற'', என்றேன்.

'' வேணாஞ்சார்! எங்கப்பனுக்குத் தெரிஞ்சா வெட்டிப்புடும். எங்க மலக்காரங்க கீழ்நாட்டார கட்டிக்க மாட்டம். இது மாறின்னா ஊர உட்டு தள்ளி வச்சுருவாங்க.''

‘‘அதெல்லாம் நா பாத்துக்கறேன். உனக்கு புடிச்சிருக்கா?’’ என்றேன். கண்களில் நாணத்துடன் குனிந்து கொண்டாள். கூந்தலில் பவள வண்ண மலர்க்கொத்து. ‘‘நாவப்பழம் தின்னுவீங்களா’’ என்று மடியிலிருந்து எடுத்து நீட்டினாள். நான் புன்னகையுடன் வாங்கிக்கொண்டேன்.

‘‘ராவுல தனியா வெளிய வராத சார்! கன்னிமாரு ஓலாத்துவாங்க.’’

‘‘ நீ என்ன பார்த்தியா’’

‘‘ஆமா நானும் தூக்கம் புடிக்காம வூட்டு பின்னாடி கோந்துனு இருந்தேன்.’’

மறுநாள் காட்டில் ஆட்டுப்பாலை மண்சட்டியில் கறந்து அதில் ஏதோ இலையைப் போட்டாள். கொஞ்ச நேரத்தில் அது பாலாடைக்கட்டியாய் மாறியது. ‘‘நல்லாருக்கும் சாப்பிடு சார்’’ என்று ஊட்டி விட்டாள்.

காட்டில் தீ மூட்டி எதையோ வாட்டிக் கொண்டிருந்தாள். ‘‘கெவுறு கதுரு சார். உனுக்கு தான் கொணாந்தேன்’’ என்று அதை நிமிண்டி ஊதி கொடுத்தாள். அவளின் அன்பை அப்படித்தான் காண்பிக்க முடிந்தது.

‘‘ என்ன சார்னு கூப்டாதன்னு சொன்னேன் இல்ல’’

‘‘பேர எப்டி சொல்றது... மாமான்னு கூப்டட்டுமா...’’

நான் சிரித்தவாறு, ‘‘சரி பேபி’’ என்றேன்.

‘‘நீ எதுக்கும் பயப்படாதே பேபி. எங்க ஊருக்கு போயிடலாம். அங்க கடல் இருக்கு, குமரித்தாய் இருக்கா. இங்க மாதிரியே தான் மழை பெய்யும். ரொம்ப அழகான ஊர்.’’ ஆவலாய் தலையசைத்தாள்.

கிஷ்டனிடம் திருமணம் பற்றி கூறியதும் பதறினான். ‘‘சார் அது எனக்கு மொறப்பொண்ணு தாஞ்சார். எங்க மாமன் ஜடையன் ஊரு நாட்டாமக்காரு. அதெல்லாம் கீழ்நாட்டாருக்கு பொண்ணு தரவே மாட்டாங்க.’’

''நீ அவ அப்பா கிட்ட சொல்லு. நானே நேர்ல வந்து பேசறேன்.''

அன்று மாலை ஜடையனே என்னைத்தேடி வந்தான். ''ஊருக்கு என்ன தீர்க்கணுமோ அந்த பணத்த கட்டிடலாம். நா உம்ம பொண்ண நல்லா வச்சிக்குவேன். நீங்க சரின்னு சொல்லணும்'' என்றேன். இருட்டும் வரை எதுவுமே பேசாமல் என் பங்களா வாசலிலேயே அமர்ந்திருந்த ஜடையன், ''உங்க ஊர்ல போயி அப்பன் அம்மய இட்னு வா சார்'' என்றான்.

மறு வாரம், ''நா கெளம்பறேன் பேபி. எங்க அம்மை கூட வாறேன் ''என்றேன். காட்டு அரளி மலர்களைச் சூடியிருந்த என் தேவதை கண்கள் கலங்க ''சரி மாமா'' என்றாள். காட்டில் பொறுக்கி வந்திருந்த விளாம்பழங்களையும், எலந்தம்பழங்களையும் என் பையில் போட்டவள், காகிதப் பொட்டலத்தை என் கைகளில் தந்து 'வழியில சாப்புட சோளப்பொரி வறுத்தேன்' என்றாள்

செந்நிற அரளிப்பூக்களைச் சூடி மலை முகடுகளில் கதிரவன் மறையும் சிவந்த ஒளியில் நின்ற 'அவள்' எனக்கு பாசத் தாயாக, அணுக்கமான தோழியாக, இனிய காதலியாக, என்னருமை மகளாக,கருணைவடிவான குமரித்தெய்வமாக, ஆக்ரோஷமான கொற்றவையாக ஒருங்கே காட்சியளித்தாள். மனம் முழுக்க அந்த அழியாக் காதல் பரவி என்னை நிறைத்தது. மனம் பொங்க, நான் முழுமையாய் மறைந்து அவளுள் கலந்து அவளாக மாறிவிடப் பிரேமை கொண்டேன்.

''சார்! அதுக்குள்ள ஊர்ல இருந்து வந்துட்டீங்களா? ஒரு மாச லீவுதான?'' இருபது நாளில் திரும்பிய என்னைக் கேட்ட கோவிந்தன் முகம் வாடி இருந்தது.

''என்ன கோயிந்தா'' என்றேன்.

''சார், செம்பகா செத்துடுச்சி சார்...''

''நீங்க போன மக்யா நாளே ஜொரம். என்ன வைத்யம் பண்ணாலுங்

கொறையல. காயலாவே பூடுச்சி'' ''அஞ்சி நாள் ஆயிடுச்சி.'' எனக்கு நினைவு திரும்ப இரண்டு நாளாயிற்று. காஞ்சிர மரத்தடியை, செங்காந்தள் மலர்களை, ஆம்பல் குளத்தை சுற்றிச்சுற்றி வந்தேன்.

ஒரு வாரம் கழித்து வந்த கிஷ்டன் என்னைப் பார்த்துக் கதறினான். கொஞ்ச நேரங்கழித்து, ''சார் நாந்தாஞ் சொன்னேனே எங்க மாமன் மருந்து வச்சிடுச்சி சார்.''

'' என்னடா!'' என்றேன்.குரல் அதிர்கிறது.

''ஆமா சார். அதுக்குத்தான் உங்கள ஊருக்கு போவச் சொல்லிருக்கான். ஒரு வெத இருக்கு சார்! அத்த சோத்துல வச்சி குடுத்தா கொஞ்சங் கொஞ்சமா காயலா பூடுவாங்களாஞ் சார். எனுக்கே இப்பதான் தெரியும்.''

'' செம்பகா சாவரத்துக்கு மின்ன என்ன கூப்டனுப்புச்சி சார்.'' நடுங்கும் உடலுடன் அவனைப் பார்த்தேன்.

''அதுக்கும் தெரிஞ்சுடுச்சி. 'கிஷ்டா அவுரு வராங்காட்டியும் என் உசுர எங்கப்பன் வைக்காது. மாமான்னு சொல்லிக்கினே என் உசுரு போச்சுனு சொல்லு'னு அழுதுச்சி சார். இத்த உங்கையில குடுக்க சொல்லுச்சி '', என்று சிவப்பு வண்ண வளையல்களை என் கைகளில் வைத்தான்.

சந்தியா

நிறைய யோசித்த பிறகே சித்தார்த்தை அழைத்தாள். அவன் எடுக்கவில்லை. ''ஆறு மாசமாயிடுச்சே எண் மாறியிருக்குமோ. என் நம்பரைப் பாத்துட்டு எடுக்கலையா.. வாயெல்லாம் கசந்து வயிறு பசியில் சப்திக்கிறது.'' இந்தப் பெருநகரில் இரவு பத்துமணிக்கு யாருமே இல்லா உணர்வு அச்சமளித்தது.

பத்து நிமிடத்தில் சித்தார்த்தின் அழைப்பு '' சொல்லு சந்த்யா ட்ரைவ் பண்ணிட்டிருந்தேன்''.அவன் குரலே அப்போதைக்கு இதமாயிருந்தது. சந்த்யா என்ற அழைப்பு கூட மாறவில்லை.

''ரெண்டு நாளா ஃபீவர். டேப்லட் போட்டு படுத்துட்டேன். எழுந்து பார்த்தா பசிக்குது. சாப்பிட எதுவுமில்லை. பிரட் வாங்கிட்டு வர முடியுமா. ராஜி ஊருக்குப் போயிருக்கா''.

அவனே பாலைக்காய்ச்சி எடுத்து வந்தான். நீ எழுந்திருக்காத. இவ்ளோ காய்ச்சல் அடிக்குது. யாரையாவது கூப்பிட. வேண்டியது தான. உங்க அம்மா இல்ல?

அம்மா எங்கிட்டபேசறதில்ல. தாங்க்ஸ்..டிஸ்டர்ப் பண்ணிட்டேன்.

நோ ஃபார்மாலிட்டிஸ், இந்த உடம்போட எப்பிடி தனியா இருப்ப? நான் வேணும்னா இங்கயே படுத்துக்கட்டுமா?

சரியென்று தலையசைத்தாள்.பெல்ட்டை கழட்டிவிட்டு பேண்ட்டுடனே சோபாவில் படுத்துக்கொண்டான் அது ஒரே பெட்ரூம் கொண்ட அபார்ட்மெண்ட். அவன் தான் செலக்ட் செய்தான்.

அவன் உயரத்திற்கு சோபா பத்தாமல் காலை உயர்த்திப்போட்டு படுத்திருப்பதைப் பார்க்கிறாள்... இருவரும் மனமொத்த விவாகரத்து பெற்று ஆறு மாதத்தில் இரவு பத்து மணிக்கு, தான் அழைத்ததும், அவனும் வந்து துணைக்கு படுத்திருப்பதும் எந்த உறவில் எந்த உரிமையில் என விசித்திரமாய் உணர்கிறாள்.ஜெர வேகத்தில் கண் மயங்குகிறாள்.

நள்ளிரவில் கண் விழித்தவன் அவளருகில் வந்து தொட்டுப் பார்க்கிறான். நீல விளக்கொளியில் உறங்கும் அவளையே பார்த்தவாறு அமர்ந்திருக்கிறான். காலவெளியில் அவளை ஏந்தி யுகயுகமாய் அமர்ந்திருக்கிறான். சிறகசைவில் மீண்டும் மீண்டும் பஞ்சுப்பொதியாய் மாறும் சிறு குருவி, குருதி வழிய பூறி நகங்களின் கூர்மையில் சீறும் வேங்கை. அரவணைப்பு, குரோதம், ஆக்ரோஷம், உண்மை... எது அவள்? எது அவன்?.. ஏனிந்த உறவு? எதைத் தேடுகிறாய்... கொஞ்சங்கொஞ்சமாய் மாறித் தேய்ந்து அழியுமா., இல்லை பிரபஞ்சமாய் விரிந்து முழுமையாய் ஆக்ரமிக்குமா... யாரிவள் ? என் இளமையை, காதலை மலரச்செய்தவளா.. அடக்கித் திமிறத் திமிறி வந்த என் அகங்காரத்தை அழித்தவளா... பெருங்களியாடல்களில் என்னை செஞ்சுடர் விழிகளில் மூழ்கச்செய்தவளா ..

அடர் சிகையும் சிவந்த அதரங்களும் உற்சாகச் சிரிப்புமாய் அறிமுகமான அவனை மிரட்சியுடன் பார்க்கிறாள். சார்னு இங்கல்லாம் கூப்பிடக்கூடாது. கால் மீ சித்தார்த்''ஆரம்பத் தயக்கங்களுக்குப் பின் இயல்பாக அவன் பேசியது அவளுக்குப் பிடித்திருந்தது.

'' இவங்க பேசற இங்லீஷே எனக்குப் புரியல. என் சுடிதாரப் பாத்து சிரிக்கறாங்க. ஊருக்கே போயிடலாம்னு தோணுது...''

நான் சொல்லித்தறேன். இதெல்லாம் சும்மாடா! கூல்,ஒரு மாசத்துல. நீ இவங்கள விட மார்டன் ஆயிடுவ'' அவன் பேச்சு தந்த பலம் அவளை நிற்க வைத்தது. அழகிய விழிகளுடன், அலட்டல்களற்ற. அவளின் உரையாடல்கள் அவனுக்கும் சுவாரசியங்களாயிருந்தன. இளமை, கனிவு, துள்ளல், எதிர்காலக் கனவுகள்.. ஈர்ப்பு.. எதிர்பார்ப்புகளற்ற ஏகாந்த வெளி, உன்மத்தம், பித்து, மிதந்தலைய வைத்தது. வேறெதையும் பற்றிய பிரக்ஞையற்ற உணர்வு... சிலிர்ப்பு..

'' உன்ன ஹாஸ்டல்ல விட்டுட்டுப் போகவே மனசில்ல சந்த்யா... ''

ஏண்டா எனக்கு மெசேஜ் பண்ணல. நான் ஊருக்கு வந்திட்டேன்னு ஜாலியா சுத்தறயா?

உன் வீட்டு டெரஸ்ல வந்து பாரு. ரீசார்ஜ் கடைகிட்ட தொப்பி போட்டு நின்னுட்டிருக்கேன்.

''ஐயோ இங்க. எப்பிடி? என்னால வரக்கூட முடியாதே.. ''

'' நீ வரவேணாம் கண்ணம்மா. நீ நிக்கறதப் பாத்துட்டேன். '' அங்க எனக்கு இருக்கவே முடியல. உன் ஊரை, உன் வீட்டை பாக்கணும்னு தோணிச்சு கெளம்பிட்டேன்... இனிமை, நாணம், சிலிர்ப்பு, பேரன்பு, உலகையே உள்ளங்கையில் அடக்கும் இளமை, நெஞ்சின் வேதனை, தூய்மை...

மலர்ந்து பூச்சொரிந்து நிற்கும் குல்மெகர் மரத்தடியில் அமர்ந்திருக்கிறார்கள். பசும் புல்வெளியெங்கும் இரத்தச் சிவப்பில் பூவிதழ்கள்.. புவியின் பரந்த வடிவாய் அகன்ற புற்பரப்பு.. சின்னஞ்சிறிய புல்லின் பசும் பூரிப்பு... தத்தும் சிறு பூச்சிகள், இதய வடிவில் அசையும் சேம்பிலைகள்,அவற்றில் உருண்டு உதிரும் நீர் முத்துக்கள், மஞ்சள் வாயசைய, தத்திச் செல்லும் நாகணவாய்ப் புள்கள்... அந்தி ஒளியில் செந்தூர வண்ணமாய் ஒளிரும் முகில்கள்.,.. காற்றில் சொரியும் இதழ்கள்... இருவருக்கும்

மனமெங்கும் பரந்து பரவுகிறது அச்செம்மை...அவள் கரங்களைத் தன் கைகளுக்குள் பொத்திக் கொள்கிறான்..கிடைக்காத மணிவைரம் கிடைத்தவன் போல... அவள் கரைகிறாள் ., கரைந்து அவனுள் உறைகிறாள்...

பெரம்பூர்லதான் அபார்ட்மெண்ட் கிடைச்சது சந்த்யா

சித்து! சீக்கிரம் வா.வெட்டிங் கார்ட் செலக்ட் பண்ணணும்

யூ செலக்ட் பேபி..

எவரையும் பொருட்படுத்தா இளமை, வேகம், ஒரு கணமும் விலக மனமற்ற பேரன்பு...

சூப்பரா இருக்கு சாம்பார்

அய்யே அது காரக்கொழம்பு

அப்படியா என் பொண்டாட்டி வச்சா எல்லாமே ஸ்பெஷல்தான்.''

வழியுது.. இந்தா டிஷ்யூ தொடச்சிக்கோ... சிணுங்கல்கள் சிதறல்கள்

கோவா போலாமா?மேரேஜுக்கப்பறம் வெளியிலயே போகல

பொங்கி நுரைத்துப் பிரவகிக்கும் அலைகளின் ஓசை... மணல் வெளியெங்கும் வீசி புடவையைப் பிடித்திழுக்கும் காற்று.அவன் தோள்களில் சாய்ந்து கடலலைகளில் கால்வைக்கிறாள். சிலிர்ப்பு. தொட்டுத் தொட்டு ஓடும் அலைகள். இடைச்சுற்றி அணைத்து நீருக்குள் இழுத்துச் செல்கிறான். நெற்றியில் படியும் ஈரக்கூந்தல், மூடிச்சரியும் இமைகள், கன்னங்களின் செறிவு, மூக்கு நுனியின் கூர்மை, ஈரத்தில் கனிந்த இதழ்கள்.. செவ்வரிகள்.. பற்களின் வெண்மை, மோவாயின் குழைவு,கழுத்தின் நரம்புகள் .. அவனைப் பித்து கொள்ளச் செய்யும் அவள் அசைவுகள்,.. அவளின் முழுமையை அணு அணுவாய் உணர்ந்து ஒன்றுகிறான்.

என் தேவி.,என் மாயா சக்தி... என்னுள் உறைபவள் ..அதிகாலை புலரியாய்... அந்தியாய் எனைத் தழுவுபவள். உலகையேத் தன்

கருவறைக்குள் பொதிந்தவள்.. என்னை முழுமை கொள்பவள்.. பூவிதழ்கள் மலர்ந்தெழுந்த என் இரவுகளின் இளவரசி..என் மனவுலகை நிரப்பும் பேரழகி...

''இந்த வீடு, இப்டி பொறுப்பா நீ பால், காய்கறி எல்லாம் வாங்கறது, நம்ம. ரெண்டு பேரும் ஒரு குடும்பம்னு இதெல்லாம் எனக்கு ரொம்பவே பிடிச்சிருக்கு. இதே மாறி எப்பவும் என்ன லவ் பண்ணுவியா?''

''நீ தான் மாறப்போற''

''போடா லூசு''

ஐ லவ் யூ, இனிமை, நனவு, கனவு. கற்பனைகளை மீறிய பேரின்பம். உச்சி முகரும் பெருங்கனிவு. மாறா காதல். யாருமறியா உலகு.. ஒருவர் மற்றொருவராய் உருமாறும் உணர்வு, தழுவும் நாகங்கள், பிணைப்பு விழுங்கும் அவா உச்சம் வெளி. பிரபஞ்சத்தையே உள்ளங்கையில் அடக்கும் பேராற்றல்.. மனக் கோட்டைகள். முதுமையிலும் தோள் சாய அறைகூவல்கள்., ஏகாந்தம்..

அநேகமாய் முதல் திருமணநாள் கொண்டாட்டங்களில்தான் கசப்புகள் தோன்றின.

எதுக்கு இப்ப பார்ட்டி?

என்ன. ரொம்ப கண்ட்ரோல் பண்ண நெனைக்காத..

உங்கூடவே சுத்தறானுங்களே ரகு, அரவிந்த் மாதிரி திரியணுமா

என் பிரண்ட்ஸைப் பத்தி பேசாத. நாட்டுப்புறம், உனக்கென்ன. தெரியும். அவனுங்க, எனக்கு பத்து வருஷமா பிரண்ட்ஸ்

நான் நாட்டுப்புறம்னு என் பின்னாடி சுத்தனப்போ தெரியலயா...

வார இறுதிகளில்... அவன் தாமதமாக வரவும் சீறினாள்.உனக்கு என்கூட பேச மட்டும் டைம் இல்ல.

உங்கிட்டபேசினாலே சண்ட தான் வருது. எனக்கு வெறுப்பாயிருக்கு.

ஆங்காரம், வன்மம், வார்த்தைகள், காயங்களை ரணமாக்கும் ஆயுதங்கள். பீறும் நகங்களில் குருதியின் வெம்மையை ருசிக்கும் நாக்கு...

அவளுக்கு எல்லாவற்றையும் பேசவேண்டும். ரசிக்கத் துணை வேண்டும். பௌர்ணமி நிலவில் கொந்தளிக்கும் சமுத்திரத்தை ,சிவந்து மறையும் அந்தியின் ஒளிர் பொழுதுகளை, ப்ளூ கலர் டிசைனர் சேலையை, பெட்ரோல் விலை உயர்வை, இலங்கை மீனவர்களை அமெரிக்கப் பொருளாதாரத்தை, கெய்ரோ தாக்குதல்களை, தி.ஜா.வின் பாபுவை, ஜமுனாவை... லாசாராவின் அபிதாவை... ஜேகேயின் கங்காவை ஹென்றியை... தகழியின் கருத்தம்மாவை... ஜெயமோகனின் நீலியை... மாலை ட்ராபிக்கை, தீய்ந்து போன குக்கரை.. எல்லாவற்றையும் அவனுடன் பகிர விரும்பினாள்.

அவனுக்குப் பொறுமை இல்லை.எல்லாவற்றிற்கும் ஒரு ம்ம்ம் அவ்வளவுதான்.

ஆபீசிலிருந்து வந்து தனியே டிவி பார்த்து, நெட்டில் உலாவி அவள் வெறுமையை உணரத்தொடங்கினாள். அவன் வந்தாலும் டிவி, போன் அல்லது வருவதே பின்னிரவுகளில் .

என்னப்பத்தி உனக்கு அக்கறையே இல்ல.

உனக்கு ஈகோ. இவன் சொல்றத. என்ன கேக்கறதுன்னு. உன் பின்னாடியே வரணும்னு நெனைக்காத

எங்க வீட்ல எல்லாரையும் மீறி நீதான் வேணும்னு வந்தேன் பார்த்தியா, எனக்காக நீ எத விட்டுக் கொடுத்த?

இப்ப. என்ன? என்னக் கல்யாணம் பண்ணிக்கிட்டது பிடிக்கலயா? போ. உங்க வீட்ல சொல்றவனையே கட்டிக்க.

உனக்கு வேணும்னா எவளையாவது கல்யாணம் பண்ணிக்கோ

முரண்கள், மோதல்கள்... ஒருவரை ஒருவர் குத்தி ரணமாக்கும் குரோதம் ., வேறுபாடுகள், சமாதானங்கள், கண்ணீர்கள், கொஞ்சல்கள்.

அப்படியான ஒரு சண்டையின் முடிவில் அவளை வெளியில் அழைத்துச் சென்று சல்வார் வாங்கித் தந்தான். திரும்ப வரும் வழியிலேயே மீண்டும் விவாதங்கள். அன்றுதான் பிரிவைப் பற்றி சிந்தித்தாள். காதலைச் சொன்னது போலவே பிரிவைப் பற்றியும் அவளே முதலில் பேசினாள். இருவருக்குமே சரியென்றே தோன்றியது. குழந்தை இப்போது வேண்டாமென்று அவன் முடிவெடுத்திருந்தது நல்லதாய்ப் போயிற்று.

நட்பும் உறவுகளும் அதிர்ந்தன.

''நாங்க எல்லாரும் வேணாம்னு சொன்னப்ப. கேட்காம அவர்தான் பெரிசுன்னு பிடிவாதாமா கல்யாணம் பண்ணியே. அத்துக்கிட்டு வர்ரது நம்ம குடும்பத்துலயே இல்லையே. புருஷன் சொல்றபடி கேளேன், அம்மா அழுதாள் சபித்தாள்.

ஆறு மாதங்களாயின. அபார்ட்மெண்ட்டை அவளுக்கு விட்டுவிட்டு வேறு இடத்திற்கு சென்றுவிட்டான். முதலில் நிம்மதியாய் உணர்ந்தவள் சலிப்புறத் தொடங்குகிறாள். விருப்பமிருந்தால் சமையல், இல்லையென்றால் வெளியில்.. எதிலும் ஒட்டவில்லை. பின்னிரவுகளின் தனிமைகள் அச்சுறுத்தின. யாருக்காக சம்பாதிக்கிறோம் எதற்காக ஓடுகிறோம் எதுவும் புரியாமல் அலைக்கழிந்தாள். சூனியம் தனிமை இழப்பு .

''உடம்பு எப்படி இருக்கிறதென அன்று பிற்பகலில் அவனிடமிருந்து வந்த குறுஞ்செய்தி கதகதக்கச்செய்கிறது. ''

மாலை வீட்டிற்கு வந்தான். ''டாக்டர் கிட்ட போகலாமா?'' சாப்பிட எதாவது வாங்கிட்டு வரட்டுமா? அவன் அக்கறையாய் பேசியதும், அவளும் காபி போட்டுத்தந்து எனக்கு இப்ப சரியாயிடுச்சி. டாப்லட்

இருக்கு, உப்புமாதான் செய்யப்போறேன் சாப்பிடறயா என்றதும், மிக இயல்பாக நடந்தன.

இருவருமே உண்மையாய் இருப்பது சந்தியாவின் மனதிற்கு இதமாயிருந்தது.

உப்புமாவிற்கு சட்னி அரைத்து தந்து நல்லாருக்கு என்று அவன் சாப்பிட்டுச் சென்றது ரொம்ப நாட்களுக்குப்பின் அவளுக்கு உற்சாகமாய் இருந்தது.

அவன் சென்ற பின்னும் அறையெங்கும் அவன் வாசம், வியர்வையும் பர்ஃப்யூமும் கலந்த அவன் மணம்...

உருகி உருகி அவனைக் காதலித்ததும் அவன் வரவிற்காய் காதலியாய்க் காத்திருந்ததும் மனைவியாய் அவனை மடியில் ஏந்தியதும் உணர்வுகள் குழப்பங்கள் மனமாச்சரியங்கள் ஏன் இந்த வேதனைகள்? மனம் பிறழ்ந்து பிச்சியாகிவிட்டேனா? கேசத்தை வருடும் இதம்... ஷேவ் செய்த தாடையின் உரசல் குறுகுறுப்பு. அகன்ற தோள்கள். ஓரக்கண்களால் ஊடுருவி நாணமுறச் செய்த பேரவா... கண்ணம்மா... புறங்கையில் சுருண்ட மயிர்களின் ஸ்பரிசம்... அவளின் முகம் சுணங்கினாலும், என்னாச்சுடா... அரவணைக்கும் அவன் பார்வைகள் தந்த பெரும்பலம்.. பிரபஞ்சத்தையே அவளுக்காய் வளைக்க முடிந்த உயிர்ப்பு...

அவன் வேறு திருமணம் செய்தால் தாங்க இயலுமா? அவன் என் சித்தார்த், என் செல்ல பூனைக்குட்டி... அவனை வேறொருத்திக்கு விட்டுத்தர முடியுமா... மனதின் எண்ணங்களுடன் உறங்கினாள்.

காலையில் அவளுக்கே சிரிப்பு வந்தது. முன்பு போல அவசரப்பட வேண்டாமென விட்டு விட்டாள்.

மணித்துளிகள் நாட்கள் வாரங்கள்... அலைகிறாள்..

கண்விழிக்க மனமின்றிக் கதவைத் திறந்தாள்.

‘‘ ஹேப்பி பர்த்டே.. மறந்துட்டயா...

ஆமா சித்தார்த். தாங்க்ஸ்

சரி வா. வெளில போய் சாப்பிடலாம்

சண்டே தானேன்னு அப்பிடியே இருந்துட்டேன். கொஞ்சம் வெயிட் பண்றியா குளிச்சுட்டு வந்திடறேன்.

மெதுவா வா. ஒண்ணும் அவசரமில்ல..

குளித்த நறுமணம். நனைந்த இமைகள். குழல் பிசிறுகள், ஈரங்கசியும் இதழ்கள்... காதோர பொன்மயிர்ப்பரப்பு, சிறு மஞ்சள் குருவியின் சிறகசைவாய் கனிவை எதிர்நோக்கும் பார்வை... கூந்தலைச் சரிசெய்யும் கரங்களின் அழகசைவு.. அவளையேப் பார்க்கிறான்.

‘‘ ஏன் உங்க அம்மா கூட போன் பண்ணலயா? ’’ எனக்கு நேத்தே ஞாபகம் வந்துடிச்சி. எங்கயாவது கோயிலுக்குப் போயிருப்பன்னு தான் சாயந்தரமா வந்தேன். பிறந்த நாளைக் கூட மறந்துட்டு நைட்டியோட வந்து கதவத் தொறந்தயே. எப்பிடியோ ஆயிடுச்சி...

டைவர்ஸ் வாங்கனப்பறம் அம்மா என்கூட பேசறதில்ல. அண்ணிக்கு பயந்துட்டு குருவும் என்னைக் கூப்பிடறதேயில்ல.... எனக்குமே இந்த அபார்ட்மெண்ட் ரொம்ப பெருசாயிருக்கு. நாந்தான் பயப்படுவேனே. பேசாம ராஜி கூட ஹாஸ்டலுக்குப் போயிடலாம்னு இருக்கேன். என்னா வசதி கம்மியா இருக்கும் ரூல்ஸ்..

ஸ்வீட் சாப்பிடறயா.. மில்க் ஸ்வீட் தான..

நேத்து ரகுவப் பார்த்தேன். இந்த வாரம் டோபல் டெஸ்ட்டாமே..நீ பிரிப்பேர் பண்ணலயா?

உன்ன இங்க விட்டுட்டு என்ன யூஎஸ் போகச் சொல்றியா...

ஆமா சந்த்யா! நான் ஒத்துக்கறேன்.உன்ன விட்டுட்டு என்னால

இருக்க முடியல. எல்லாத்துக்கும் ஸாரிடா... யூ ஆர் மை ஏஞ்சல்.நான் உன்ன. சரியாப் பாத்துக்கல.இனிமே உங்கூடவே இருப்பேன்.,

அவன் பேசப்பேச அவள் கண்ணீரால் நிரம்புகிறாள்

'' ரகு ரூம்ல இருக்க முடியாம தனி ரூமுக்குப் போயிட்டேன். '' நீ சொல்ற மாறியேதான் வெறுமையா இருக்கு. நீ! கூட இருந்தப்ப தெரியல. இல்லன்னு ஆனதுக்கப்புறம் தான் உன்ன எவ்ளோ லவ் பண்றேன்னு எனக்கேத் தெரியுது. தனியா உக்காந்துட்டிருக்கறப்ப உன் சிரிப்பு உன் குரல் , போடா லூசுன்னு நீ திட்றது, உன்னோட கண்ணு, உன்ஜிமிக்கி, உன் துப்பட்டா எல்லாமே ஞாபகம் வருது.. மறக்கணும்னு தான் உன் செக்டார் பக்கமே வரலை. ஆனா நீயும் சந்தோஷமா இல்லைன்னு உன்னப் பார்த்தாலே தெரியுதே..

பொங்கும் விழிகளுடன் அவன் கரங்களை இறுகப் பற்றிக் கொள்கிறாள்...

பார் மகளே பார்

ரூபி! உனக்கு ரெஜிஸ்டர் போஸ்ட் வந்திருக்கு.

அன்பு மிக்க ரூபிக்குட்டிக்கு,

அன்புடன் அப்பா எழுதுவது..

ஆண்டவரின் பெரிதான கிருபையினால் நாங்கள் அனைவரும் நலம். நம் வீட்டின் முன் புறமெங்கும் ஊதாவும் மஞ்சளுமாய் ஒற்றையிதழ் செவ்வந்தி மலர்களும், ஒயின் சிவப்பும், பொன்னிறமுமான டேலியாக்களும்,செந்தூரமும் செம்மண்ணும் கலந்த வண்ணமான மெர்ரி கோல்ட் பூக்களும் மலர்ந்து உன் நினைவுகளை எங்களுக்கு அளிக்கின்றன. மகளே, அம்மா ‘இந்த ரூபி இருந்திருந்தால் தோட்டத்திலேயே இருந்திருப்பாளே ,என்கிறாள். உன் நண்பிகள் ரீனா, ஜூலி, நான்சி, எல்லோரும் எப்படி இருக்கிறீர்கள். அறையில் இன்னும் சோப்பங்கப்பா நடனம் நடக்கிறதா?

அன்பு மகளே! நேற்று இரவு ஒன்பது மணிக்கு லட்சுமணன் வந்து,சார் அனுராதா, குட்டி போட்ரும் என்றான். நான், அம்மா, வரதன் மூவரும் கையில் அரிக்கேன் விளக்குடன் நம் நிலத்திற்குச் சென்றோம். அங்கு ஆஸ்பெஸ்ட்டாஸ் கொட்டகையில் அனுராதா நிலை கொள்ளாமல் வலியில் தவித்துக் கொண்டிருந்தது.

கொதல்லோ பாதர் பண்ணையில் வாங்கிய ஜெர்சிப் பசு அது.அங்கு பணியாற்றும் எவனோ ஒரு ரசிகன் மாட்டிற்கு அனுராதா என்று ரசித்துப் பெயரிட்டிருக்கிறான். கருமையும் வெண்மையும் கலந்த அருமையான பசு. அனுராதா என்றால் தலையைத் திருப்பி அழகிய கண்களுடன் பார்க்கும். அதற்கும் அப்பெயர் பிடித்து விட்டது போல.

லட்சுமணனும் அவன் மனைவி சாமியும் போர்வையை போர்த்திக்கொண்டு குளிரில் குத்த வைத்திருந்தனர்.

வரதன் மாட்டின் வயிற்றைத் தடவி அறையில் கைவிட்டுப்பார்த்து இன்னும் கொஞ்ச நேரத்தில் ஆகிடும் என்றான்.

அனுராதா முன்னும் பின்னும் கால் மாற்றி மாற்றித் தவித்தது. மாடா இருந்தா என்ன மனுஷியா இருந்தா என்ன வலி ஒண்ணுதான? அம்மா பெருமூச்சு விடுகிறாள். நான்கு பிரசவங்களைக் கடந்த பெண்மையின் வலியன்றோ அது.

நிலவு அரைவட்டமாய் தலைக்கு மேலே, குளிரில் மணலில் அமர்ந்திருக்கிறோம். அன்று பெத்லகேமில் உதித்த தச்சனின் மகன் வரவிற்காய் காத்திருந்த சீமோனைப் போன்று நம்வீட்டுக் கொட்டிலில் பிறக்கப்போகும் கன்றிற்காய் பார்த்திருக்கிறோம்.

அன்பு மகளே! அனுராதா வலியில் கால் இடறிக் கீழே சறுக்கியது. வரதனும் லடசுமணனும் அதை தூக்கி நிறுத்தப் பாடு படுகிறார்கள். வயசான மாடு எழ முடியல, சாமியின் கரிசனம்.

மகளே அந்த மாட்டின் வலி, எனக்கு நானறிந்த பெண்களையெல்லாம் நினைவில் கொண்டு வருகிறது. ஆறு குழந்தைகளை மருத்துவ வசதிகள் குறைவான நாட்களில் பெற்ற என் அன்னை ஆரோக்கியம் அம்மாள், ஒரே மகனைப் பெற்று இழந்த ஜாய்ஸ் அக்கா, எங்கோ நாஞ்சில் நாட்டில் பிறந்து, இந்த வட ஆற்காடு குறிஞ்சி நிலத்தில் உங்களை எல்லாம் பெற்றெடுத்த என் பிரின்சி, நாளை

இவ்வலிகளை தாங்கப்போகும் என் அருமை மகள்களான எஸ்தர், ரூபி, ஏஞ்சல் என உங்கள் அனைவரையும் எண்ணுகிறேன்.

பார்த்துக்கொண்டே இருக்கையில் பள பளவென்று கண்ணாடி போன்ற பனிக்குடம் தெரிகிறது. நிலவொளியில் ஒளிர்கின்ற கண்ணாடிப் பையில் கன்றுக்குட்டியின் குளம்புகள் மட்டுமே எனக்கு அடையாளம் தெரிகிறது.அம்மா என்ற அனுராதாவின் அலறலுடன் கன்றுக்குட்டி கீழே விழுகிறது.பிறந்த உயிரை அக்கணமே புதியதாகக் காண்பது ஒரு பேரனுபவமே.

உடல் சிலிர்க்க கன்றுக்குட்டி எழுந்து நிற்கிறது. காளைக்கன்னுக் குட்டி அய்யா! வரதன் குதூகலமாய் கூறுகிறான்.அதன் உடல் ஈரம் நிலவொளியில் மினுமினுக்கிறது.செகல் கலர் கன்னு. நல்ல ராசி லட்சுமணனின் ஆருடம்.

செவலையும் வெண்மையும் கலந்த அந்த உயிர் இம்மண்ணில் உதித்தது ஒரு மாபெரும் மகிழ்ச்சியை எங்களிடம் நிறைத்தது.

உயிர்களின் ஜனனம் என்பது ஒவ்வொரு நொடியும், காலங்காலமாக உலகம் தொடங்கியது முதலே நடந்து கொண்டே இருந்தாலும், அது நிகழும் கணமெல்லாம் அற்புதமேநு! பிரபஞ்ச வெளியிலே தன் இருப்பை நிலைநாட்ட சின்னஞ்சிறிய புழு முதல் கானகத்தின் பெரும் களிறு வரையிலும் ,அது மனிதாக இருந்தாலும், நாயாக இருந்தாலும் ஒவ்வொரு உயிரும் விரும்புவது இயற்கையின் நியதி.

புனரபி மரணம்

புனரபி ஜனனம்...

நள்ளிரவு பன்னிரண்டைத் தாண்டிவிட்டது.அனுராதா ஒரு வழியாய் கருப்பை கழிவுகளை வெளியேற்றியது.

இன்று நம் வீட்டில் கடம்பப்பால்.வழக்கம்போல ரெபேக்கா பாலை சர்ச்சுக்கு வைக்கணும் என்கிறாள்.அவள் எல்லா முதல் ஈவும் ஆண்டவருக்கு என்பவள்

அக்கன்றுக்குட்டிக்குப் பீட்டர் என்று பெயரிட்டிருக்கிறோம். மிரண்டு வாலைச் சுழற்றியவாறு ஓடும், மான்குட்டி போன்ற கண்கள் கொண்ட பீட்டர் எல்லாருக்கும் உற்சாகத்தை அளிக்கிறது. புதிதாய் உதித்த உயிருக்கு குவலயத்தில் எல்லாமே ஆச்சர்யங்களே. பீட்டரின் துள்ளல் நம் இல்லத்தில் முதன்முதலில் என் மூத்த மகள் எஸ்தர் பிறந்த போது எனக்கிருந்த உவகையை மீண்டும் அளிக்கிறது.

அப்பாவின் கடிதம் இச்சென்னை மாநகரிலே எனக்கு குறிஞ்சி நிலத்தைக் காட்டியது.

என்னடி உனக்கு ரெஜிஸ்டர் போஸ்ட்? நான்சி கேட்கிறாள். நான் சிரிக்கிறேன்.

அப்பா டி.எப்.ஓ.ஆபீசிற்கு அனுப்ப வேண்டிய கடிதத்தை சாதாரணத் தபாலிலும், எனக்கு கன்று போட்ட விவரம் எழுதியதை ரெஜிஸ்டர் தபாலிலும் ஆர்வத்தில் மாற்றி அனுப்பியதைப் பின்னர் அறிந்து கொண்டேன். அன்று எங்கள் விடுதி முழுவதிலும் அனுராதா கன்று ஈன்ற கதையை என் அன்புத்தந்தையின் வார்த்தைகளில் வாசித்து காண்பித்தேன்.

கிறிஸ்துவின் பிறப்பு மட்டுமா உலகில் மகிழ்ச்சியைத் தரும்? எங்கள் வீட்டு கொட்டிலில் பிறந்த அந்த சின்ன கன்றுக்குட்டி, அன்று எங்கள் அனைவருக்கும் கிறிஸ்துமசின் நட்சத்திரமாய் ஒளிர்ந்து சமாதானத்தை அளித்தது. என் சீனியர் ஜெமிம்மா கூறினாள் 'ரூபி' உண்மையிலேயே நீ லக்கி. உங்க அப்பா எத்தனை அற்புதமா கடிதம் எழுதறாங்க.

என் அப்பா அப்படித்தான். வாழ்வை ரசனையோடு மனிதாபிமானத்தோடு அனுபவிக்க எங்களுக்கு கற்பித்தார்கள். என் கல்லூரி வாழ்வு முடிந்து பத்தாண்டுகள் ஆனபோதும் எனக்கு அக்கடிதங்களின் ஒரு எழுத்து கூட மறக்கவில்லை. நாங்கள் ஒவ்வொருவராய் பள்ளி முடிந்து கல்லூரி வாழ்வில் விடுதிகளுக்குச் செல்கையில்

உண்ணவென்று உணவை
வைத்தால் உன் முகத்தை
காட்டுகிறாய்!
உறக்கமென்று படுக்கை
போட்டால்
ஓடிவந்து எழுப்புகிறாய்!
கண்மணியில் ஆடுகிறாய்!
புன்னகையில் வாட்டுகிறாய்
கண்ணிழந்த தந்தை
தனையே
என்ன செய்ய எண்ணுகிறாய்!
நீயில்லாத மாளிகையை
பார் மகளே பார்!

என்று உண்மையில் சிவாஜிகணேசனை விட அதிகமாய் பீல் பண்ணி பாடுவார்.அப்படித்தான் எங்களை நேசித்தார். நண்பனாய், மந்திரியாய் நல்லாசிரியனுமாய்... எங்களை வழிநடத்தினார்.

பெண் குழந்தையைப் பெற்ற எல்லா தகப்பனும் அப்படித்தான்.

என் தந்தையின் கடிதங்களே என் விடுதி வாழ்க்கையின் கடினங்களைக் கடந்து வர என் துடுப்புகள்.அப்பா எனக்கு எழுதாத விஷயங்கள் உலகில் எதுவுமே இல்லை.

ரூபிம்மா இந்த முறை நம் தோட்டத்தில் இலைகளே தெரியாத அளவு பீர்க்கங்காய்கள் காய்த்து தள்ளிவிட்டன.அம்மாவிடம் அவற்றை விற்றுத் தருவதாகக்கூறி ஒரு மூட்டை காய்களுடன் சென்ற எங்கள் பழைய மாணவன் ஜேம்ஸ் ஒரு மாதமாய் வரவேயில்லை. அம்மா ஏசுகிறாள்.

காலையில் வாக்கிங் செல்வது மிக உற்சாகமாய் இருக்கிறது. வனத்துறை இங்கு புதிதாய் சில்வர் ஓக் என்ற மரக்கன்றுகளை நடுகிறார்கள். கிறிஸ்மஸ் மரம் போன்ற அம்மென்மரங்களின் தேன் வண்ணப் பூக்களும்,இலைகளும் அழகாகவே உள்ளன. ஆனால் யூகாலிப்டஸ் மரங்கள் போல இவையும் எதாவது தீமை உருவாக்குமா என்ற சந்தேகமும் உள்ளது. தைல மரங்கள் ஐரோப்பியர்களால் அறிமுகப்படுத்தப் பட்டபோது அவை மிகுந்த வரவேற்பைப் பெற்றன. வெள்ளக்காரன் மரம் கூட அழகு என்று போற்றப்பட்டன. ஆனால் அவை மண்ணின் ஈரத்தன்மையை குலைத்து மண்ணரிப்பை உண்டாக்குகின்றன என அறிவதற்குள் எல்லா இடங்களிலும் பரவி விட்டன,கருவேல மரங்களைப் போன்றே. எனவே இந்த சில்வர் ஓக் மரங்களை நம் நிலத்தில் வைக்கலாமா என்பதை யோசித்துக் கொண்டிருக்கிறேன்.

மகளே! கடந்த விடுமுறையில் நீ வந்தபோது இந்த பப்பாளி மரங்களை அழகுக்காகவும் அதே நேரத்தில் உணவுக்காகவும் வளர்க்கலாம் அப்பா,என்ன அழகு,என்று ரசித்தாயே! அந்த ஒட்டு வகை பப்பாளி பெரிய பெரிய பூசணிக்காய்கள் போன்று காய்த்துள்ளது. ஆனால் பழத்தில் எந்த ருசியுமின்றி சல்லென்று உள்ளது.இயற்கையான தாவரங்களின் இயல்பை மாற்றினால் அவை இப்படித்தான் ஆகும், பிராய்லர் சிக்கன் போன்று நஞ்சாய்.

இப்படியான அப்பாவின் கடிதங்கள் எனக்கு காவியங்களாயின.

ஜெயகாந்தனைப் படித்துவிட்டு அப்பாவும் வரதனும் ஆடும் சோப்பங்கப்பா நடனத்தை நான் விடுதியில் எதார்த்தமாய் சொல்ல அங்கு அது உற்சாக வெளிப்பாடாய் ஆகிவிட்டது.

இன்று அப்பாவை அதிகம் நினைக்கிறேன்.காரணம் கிறிஸ்துமஸ். பனியும் குளிரும் நவம்பர் மாதத்திலேயே கிறிஸ்துமஸை நினைவில் கொண்டுவருகின்றன.

பனிபடர்ந்த ஜவ்வாது மலையில் எங்களின் பால்ய நாட்களின் கிறிஸ்துமஸ் விழாக்கள் இன்றைய ஆடம்பரங்களின்றி எளிமையானவை. அங்குள்ள சொற்ப கிறிஸ்தவர்களின் கொண்டாட்டங்கள் பெரும்பாலும் அங்குள்ள விடுதி மாணவிகளுடன் இணைந்ததே. கிறிஸ்துமஸ்க்காய் பாடல்களும், நாடகமும் அரையாண்டுத் தேர்வு வருவதால் முன்கூட்டியே நடக்கும்.

சர்ச் வளாகத்தில் நடக்கும் அந்த கிறிஸ்துமஸ் நாடகத்தில் நீள முடி இருந்ததால் நான் தான் மேரி. போர்வைகளைச் சுற்றிக்கொண்ட மேய்ப்பர்களும்,அட்டை கிரீடம் தரித்த தீர்க்கதரிசிகளும்,வெள்ளை நிறத் துணி இறக்கைகள் கட்டிய காபிரியேல் தூதனும்,ஆடு மாடுகள் போன்று முட்டியிட்டு நடக்கும் சிறுமிகளும் சூழ்ந்திருக்க, நீல நிற சிற்றாடையைத் தலையில் போர்த்தி மடியில் குழந்தை ஏசு பொம்மையுடன் நடுவில் அமர்ந்திருக்கையில் என் மனம் மகிழ்வில் திளைக்கும்.

தந்தைக்கு தச்சு வேலை
மாதா தாயும் எளியவளே!
வாடைஅடிக்கிறதோ பாலா
குளிரும் பொறுக்கலையோ
நாதனே நீ அழுதால்
இந்த நாடு சிரியாதோ!!!

அந்தக் குளிர் இரவில் பெட்ரமாக்ஸ் ஒளியில் மெல்லிய இசை பின்னணியில் அப்பாடலை பாடுகையில் என் மனம் பரவசமாகும். உண்மையிலேயே ஒரு பாலகனைக் கையில் ஏந்திய ‘மரியாளாய்’ உணர்வேன்.

அப்பாடலை அப்பாதான் எனக்கு பிராக்டிஸ் பண்ணுவார்.உங்க எல்லாருக்கும் உங்க அப்பன் இதே பாட்ட பாடித்தான தொட்டில் ஆட்டுவான் ஜாய்ஸ்.. அத்தை கூறுவாள்.

வாழ்வின் யதார்த்தங்கள் நம்மை எப்படி அழைத்துச் செல்லும் என்று அரிதியிட மனித ஆற்றலால் இயலுமா? மனிதன் இந்த மாபெரும் இயற்கைக்கு முன் எத்தனை எளிய உயிர்.பிரபஞ்ச சக்தியின் உருவகத்தை யார் அறியக்கூடும்ம

என் தந்தை கூறிய பெண்மையின் வலிகள் கடைசி வரையிலும் கிட்டாதவளாகவே காலம் என்னை வைத்துவிட்டது.திருமணமாகிப் பத்தாண்டுகளும் மாதாமாதம் அனுபவிக்கும் வலிகள் மட்டுமே நானறிந்தவை.அனுராதாவின் பிரசவ வலியும் வேதனைகளும் நான் அறியாதவை. ஒவ்வொரு மாதமும் எரிக்கும் நாப்கினின் செந்தீயின் பிழம்புகளில் அழிகின்றது மடியினில்,தொட்டிலில் மகவினைத் தாலாட்டும் கடைசி வரையில் நான் பாடாத அப்பாடல்...

காட்டத்தி மரங்கள்

அன்றைக்கெல்லாம் அவளுக்கு உறக்கமில்லை. விடியலிலே தான் வரமுடிந்தது. கண்கள் எரிச்சலடைந்து கால்கள் தளருகின்றன. தண்ணீரற்ற தோல் துருத்திகள் அமரவிடவில்லை. கற்களடுக்கிய சுவற்றின் இடுக்கிலிருந்து தலைக்குப் போர்த்தும் சீலையை எடுத்துக்கொண்டு குனிந்து வெளியில் வருகிறாள். காற்றில் மணல் சுழன்றடிக்கிறது. கண்களை ஒரு கையால் மூடுகிறாள். தோல் துருத்தியை இடுப்பில் வைத்து நடக்கிறாள்.

நீர் எடுக்கும் கிணற்றண்டையில் நிறையபேர் நிற்கிறார்கள். அவர்கள் கவனம் தண்ணீர் மொள்வதில் இல்லை என்று அருகில் சென்றதும் அறிகிறாள். முழங்கால்கள் வலிக்க நீர் இறைக்கும் சிறிய கட்டை தோணியை எடுக்கிறாள்.மஞ்சள் நிறமாய் மின்னும் கால்கள் தெரிய எட்டிப்பார்க்கிறாள் அருகில் நிற்பவள்.

''அதோ பாரேன்...''

மலைக்குன்றுகளும் புழுதிப்படலமும் தான் தெரிந்தன. காட்டத்தி மரங்களும், படர்ந்த ஒலிவமரங்களும் அடர்ந்த அவ்வழியில் அவர்கள் வருகிறார்கள். அவர்கள் நடுவில் நீலநிற உடையில் அவன்.

'தச்சனின் மகன், தச்சனின் மகன்' அருகில் நிற்பவன் சொல்கிறான். மக்தலீன் எட்டிப் பார்க்கிறாள்.

சரியாகத் தெரியவில்லை. தலைமுடியும் மூக்கும் மட்டுமே தெரிகிறது. நீலவண்ண ஆடை தழுவிய அவன் தோள்கள்.

"இவன்பின்னேதான் இப்பொழுதெல்லாம் நிறையபேர் போகிறார்கள். அருமையாகப் பேசுகிறான். பிலாத்துவையும் ராயனையும் சீசரையும் எத்தனை தைரியமாக எதிர்த்துப் பேசுகிறான்."

தண்ணீரைச் சுமந்து வரும் வழியெல்லாம் மக்கதலீனாவுக்கு நீல வண்ண ஆடைகளே நினைவில். அவன் பேசும்போது எப்படியாவது கேட்டுவிடவேணும்.

"காடுகளில் வனாந்திரங்களில் மலரும் பூக்களைப் பாருங்கள். அவை என்றாகிலும் நெய்ததுண்டோ? என்றாலும், சாலமோனின் காலம் கொண்டு அவற்றைப் போன்று ஒளியாய் வண்ணங்களாய் எவர் ஆடைகளை அணிந்ததுண்டு? கவலைப்படாதிருங்கள்..."

வெண்கல மணியின் ஒலிபோல அவன்குரல் காற்றில் தனித்துக் கேட்கிறது. அவன் அமர்ந்திருந்த பாறையிலிருந்து தொலைவில் மரங்களின் நிழலில் மறைந்து நிற்கிறாள். எவ்வளவு கம்பீரமாய் அமர்ந்திருக்கிறான்.

"பேசமுடியுமா?.."

"அய்யோ, என்னைப்பற்றித் தெரிந்தால் என்ன ஆகும்?.."

"இவன் புனிதனல்லவா?"

பேச்சிலும் கண்களிலும் உடலிலும் தெரியும் தூய்மை, பேரன்பு, சமாதானம். ஒரு வார்த்தை பேசிவிட்டால் அவளுக்குப் போதும்.

அதோ குழந்தைகளும் பெண்களும் சூழ்ந்து கொள்கிறார்கள். சீடர்கள் விலக்குகிறார்கள். தனித்து நிற்கிறாள். கண்ணீர் பெருகுகிறது.

"என்னைப் பார்க்கமாட்டாயா?.. உன் அருளின் ஒரு துளியை எனக்குள் ஊற்றிவிட மாட்டாயா?"

‘‘உன் பாதங்களை நான் தொட, அருகதையற்றவள். பாவி. உண்மை தூய்மை, பரிசுத்தம் வெண்மை என்னால் காணமுடியுமா உன் முகத்தை ?’’ அவன் இருக்கும் திசையையே நோக்குகிறாள்.

அந்த சிறிய பாறையின் மீது அந்தி ஒளியில் அவன் தனித்து அமர்ந்திருக்கிறான். யூதேயாவும் சமாரியாவும் நாசரேத்தும் பெத்தானியாவும் கர்மேல் மலைகளும் நடந்து நடந்து அவன் சோர்ந்திருக்கிறான்.

சுற்றிலும் மனிதர்கள். எங்கே சென்றாலும் நோய்கள்,பாவங்கள், என்னைக் காப்பாற்று என்று எளிய மக்களின் கூக்குரல்கள்.

அவன் பேசும் ஒவ்வொரு வார்த்தையையும் கேட்கும் பெருந்திரளான கூட்டம். சீடர்கள். பேதுரு சீமோன் போன்ற உரிமையான நண்பர்கள். அவன் நிமித்தம் எல்லாப் பழியையும் ஏற்று கருணையினால் நிறைந்த அன்னை.

ஆனாலும், அவனுக்கென எவருமில்லை.

அவன் மனம் தனித்தே நிற்கிறது. எங்கோ ஓர் வெறுமை.எனக்கென என் மனதுடன் உரையாட ஓர் அன்பு நெஞ்சமில்லை. எல்லோருக்கும் நான் ரபி, குரு, ஞானத் தந்தை... என்னுடன் முகமுகமாய் அளவளாவ நண்பனே! என்று அழைக்க எவருண்டு ?

‘‘சீமோன் ஊருக்குச் செல்லலாம் ரபி’’ லாசரு சொல்கிறான்.

நீண்ட தொலைவு.. கற்கள் நிறைந்த பாதையில் செல்ல வேண்டும். சாவின் கல்லறையினின்று பிழைத்து வந்ததிலிருந்து அவனுடனே இருக்கிறான். வளைந்த அவன் மூக்கு தொடர்கிறது.

‘‘இன்று எங்கே உணவு?’’

‘‘இவ்வூரின் கோதுமை வியாபாரி யாசவ்வாவின் இல்லத்தில் ரபி’’ யூதாஸ் சொல்கிறான்.

எங்கே தங்குவது,என்ன உணவு,எவ்வளவு பணம் தேவை என்பதையெல்லாம் தீர்மானிப்பது அவன்தான்.

ஒலிவ எண்ணெயில் சுட்ட கோதுமை அப்பங்களும்,நெருப்பில் வாட்டிய மாட்டின் தொடைக்கறியும், சிவந்த ஒட்டக இறைச்சியும்,உயர்ந்த திராட்னச ரச மதுக்குடுவைகளும்,உப்பும் சுவையுமிட்ட ஆட்டின் தலையும், வாதுமை கொட்டைகளும், மாதுளம்பழங்களும், திராட்சைக் குலைகளும் ...

விதவிதமாய் அடுக்கப்பட்ட மேசையில் அமர்ந்திருக்கிறான்.

யாசவ்வாவும் அவன் மனைவியும் வந்து பணிகிறார்கள். இறைச்சியின் கொழுத்த பங்கு இவன் முன்னே. அவனுடன் வந்தவர்களும் சீடர்களும் திராட்சை ரசங்களையும் இறைச்சிகளையும் ஆவலாய் உண்கிறார்கள்.

வாட்டப்பட்ட இறைச்சியின் மணம் பசியைத் தூண்டுகிறது. ஆம் நான் போஜனப்பிரியன் தான்.மதுவும் எனக்கு இனிமையானதே.

நாசரேத்தில் தச்சனாய் இருக்கையிலேயே அன்னை சலித்துக் கொள்வாள். உனக்காக மட்டும் எங்வளவு மாவினை எந்திரக்கல்லில் நான் அரைப்பது என. ஆனால், அப்பங்களையும் மாட்டிறைச் சியையும் யூதாவுக்கும், ஆபிக்கும் வைப்பதைவிட இருமடங்காய் இவனுக்குப் பங்கிடுவாள்.

அம்மாவின் கரங்களில் சாப்பிட்டு எத்தனை ஆண்டுகள் ஆகிவிட்டன ? அவள் மடியும், ஆடைகளின் வாசமும் தலைசாய்க்க இடம் தேடும் மனம் நாடுகிறது.

சென்ற முறை, வரும் வழியில் நாசரேத்தில் பார்த்தது.சுற்றிலும் கூட்டம். கண்கள் மலரப் பார்த்தாள். ஒரு நாள் இருந்து செல்லக்கூடாதா என்றது அப்பார்வை.

மலைகள் நிறைந்த பகுதியை புழுதிப்புயலுக்கு முன் தாண்டிவிட

பயணத்திட்டம். அவள் பாதங்களில் பணிகையில் வாரி அணைத்துக் கொண்டாள். அவள் உடைகளில் ஆட்டுப்பாலின் மணம். மரியாளுக்கென்றேயான தனிப்பட்ட எண்ணெய் வாசம். ஐந்து வயது பாலகனாய் அவள் மடியில் சாய்ந்திருந்த வாசம். கழுத்தில் கட்டிக்கொண்டு குளிர் இரவில் அவளுடன் இணைந்த போர்வை மணம். அம்மா.

முறுக்கி காய்ச்சப்பட்ட ஆட்டுப்பாலில் நறுமணங்களும் வாதுமைக்கொட்டைகளும் அரைத்து ஊற்றப்பட்ட பானத்தை அருந்துகையில் அம்மாவின் வாசம்.

பாலைவெளியில் வனாந்திரத்தில் சுற்றித்திரியும் ஜாவானை பற்றி இம்மக்கள் அச்சமடைகிறார்கள்.

வெட்டுக்கிளிகளையும் காட்டு மரங்களில் தேன்கூடுகளில் வழியும் தேனையும் மட்டுமே உண்டு வாழும் அவனை மெசையாவா என்று சந்தேகிக்கிறார்கள்..

விரியன்பாம்புக் குட்டிகளே என்று அவன் கடிந்து பேசுகையில் கலங்குகிறார்கள்.

எதையும் உண்ணாமல் துறவியாய் வாழ்பவனையும் தூற்றுகிறார்கள்.

எல்லாவற்றையும் ருசித்து உண்ணும் என்னையும் ஏசுகிறார்கள்.

இறைவன் எளிமையை எங்கு கேட்கிறான், உள்ளத்தில்ல இவர்களோ அதனை வெளியில் தேடுகிறார்கள்.

சீமோனின் ஊரை வந்தடைய மாலையாகிவிடுகிறது. அவ்வீட்டினுள்ளே நிறைய கூட்டம். அமர்ந்து உரையாடிக் கொண்டிருக்கையில் தான் அவள் வருகிறாள். நீண்ட மாணிக்கவண்ண அங்கியும் மேலாடையும் அணிந்து அழகாக இருக்கிறாள்.

உடைகளின் மறைவிலிருந்து அதனை எடுக்கிறாள்.ஒலிவ இலைகளும் வாற்கோதுமை கதிர்களும் மாதுளம் மொக்குகளும்

நிறைந்த நுண்ணிய வேலைப்பாடுகள் கொண்ட எகிப்திய குப்பி. விலையுயர்ந்த பரிமளத்தைலம். கிரேக்கத்திலும் யவன தேசங்களில் இருந்து வரும் வியாபாரிகளிடம் மட்டுமே பெற முடிந்த திரவியம்.

'என் ஆண்டவனே' அவன் பாதங்களைத் தழுவிக்கொள்கிறாள். தைலக் குப்பியைத் திறந்து நடந்து நடந்து சிவந்த அவன் பாதங்களில் ஊற்றுகிறாள். நைல் நதியின் நீரோட்டம் போன்று புரளும் தன் கூந்தலினால் பாதங்களைத் துடைக்கிறாள். ரபி, ரபி! முத்தமிடுகிறாள்.

அறையெங்கும் மனதை நிறைக்கும் வாசம் பரவுகிறது. அவன் குனிந்து அவளைப் பார்க்கிறான். நெளியும் பொன்னிறக் கூந்தல், கைகளால் பிடிக்க முடியாத அடர்வு தரையெங்கும் புரள்கிறது.

கிரேக்கச்சாயல் கொண்ட மஞ்சள் நிறமான முகம். அகன்று நீண்ட நீலநிற விழிகள் நோக்குகின்றன. சீரான உயர்ந்த நாசி. ததும்பும் இதழ்கள். நீண்ட கழுத்து, பெண்ணின் பேரழகு..

'தெய்வமே' அவள் உதடுகள் முணுமுணுக்கின்றன. அந்தக் கண்கள். கண்ணீர் ததும்பும் அவை இறைஞ்சுவது எதனை! எத்தனை அழகிய விழிகள். செவ்வரிகள் ஓடிய வெண்மை.

இவள் பரஸ்திரீயா? வேசியா? இல்லை இல்லை. அக்கண்கள் மட்டும் போதுமே. அவள் தூயவள் என்றறிய.

"என்ன கேட்கிறாள் என்னிடம்? ஏன் இப்படிப் பார்க்கிறாய் பெண்ணே?"

அவள் குனிந்து பாதங்களை முத்தமிடுகிறாள். அவள் கண்ணீர் அவன் பாதங்களை நனைக்கிறது.

அறையில் முணுமுணுப்புகள். அய்யோ இவள் பாவியாயிற்றே! இவர் 'மெசியா' என்றால் அது தெரியாதா?

"ரபி, இவள் இத்தைலத்தை வீணாக்கினாளே. இதனை விற்று முன்னூறு பணத்தை ஏழைகளுக்கு தந்திருக்கலாமே!"

சீடன் குமுறுகிறான்.

''ஏழைகளும் தரித்திரரும் எப்பொழுதும் உங்களிடம் இருக்கிறார்கள். நான் செல்ல வேண்டுமே. என் தந்தையிடத்தில். செல்லவே இவள் தைலத்தால் என்னை தூய்மையாக்குகிறாள். தன் கண்ணீரால் என் பாதங்களைக் கழுவுகிறாள். பெண்ணே உன் பாவங்கள் உன்னை விட்டகன்றன. நீ செல்.''

அவள் விழிகள் ஒளிர்கின்றன. என் தெய்வமே! இடுங்கி புன்னகைக்கும் அவ் விழிகளில் என்ன?

அவன் தேடிக் கொண்டிருந்த நேசம் அது தானா ?

உள்ளத்தில் மறைக்க எதுவுமற்ற சிநேகம். வா என்று கைகளைப்பற்றி நதியோரங்களில் கிளிஞ்சல்கள் சேகரிக்க அழைத்துச்செல்லும் நட்பு. உள்ளங்கையில் மறைத்து வைத்திருந்த தேனிட்ட பண்டத்தை பாதிக் கடித்து எச்சிலுடன் தரும் தோழமை. அவன் தேடியது இதனைத்தானா ?

மரியாளின் மடியின் வாசம். ஆவியணைக்கும் பேரன்பு. அவளைப் பார்த்து, ''சகி'' என்று புன்னகைக்கிறான்.

கற்களும் பாறைகளும் நிறைந்த பாதைகளில் நடந்து நடந்து சோர்ந்து போகும் அவன் பாதங்கள் அன்று புத்துணர்வடைகின்றன. யாரிடமும் ஒன்றாத அவன் தனிமை அவளின் கருணை நிறை அன்பில் கரைகிறது. உடைக்கப்படும் புனிதங்கள். கட்டளைகள் மீறப்படுகின்றன. அவள் உன்மத்தமாகிறாள்.

சுருண்ட அவன் மயிர்கள், ஒளிவீசும் அவ்விழிகளின் தூய நேசம், கூரிய நாசி, அழுந்திய உதடுகள், ஒளிரும் பற்களின் வசீகரம், நீண்ட கரங்கள், நடந்து வலுப்பெற்ற கால்கள், என் பிரியமே அரவணைக்கும் அவன் தோள்கள்...

அவள் உடைகிறாள்..

அவன் நேசம் அவளைத் தூய்மையாக்குகிறது

பழுப்பு வண்ண அவன் கூரிய விழிகளில் கண்ணீர்.

"ஏன் அழுகிறாய் என் நண்ப...?"

தலையில் சூட்டப்படும் முள் குத்திக் கிழிக்கிறது, உள்ளங்கைகளில் நீ தழுவும் பாதங்களில் அறையப்படும் ஆணிகள், பெரும் துயர், விலாவில் இறங்கும் கூரிய ஈட்டி, கனக்கும் சிலுவை...

என் சகி! எப்படித் தாங்குவேன் இப்பாடுகளை..?

என்னை விட்டு நீங்காதா இப்பாத்திரம்?...

என் இறைவனின் கட்டளையை மீற முடியாதவன்

என் நேசனே! நான் வருகிறேன் உன்னுடன், உன் பாடுகளுடன் .. இச்சிறியவளின் சிநேகம் உன்னுடன் என்றும்... என் பிரிய தச்சனே...

கொல்கதா மேட்டில் அவன் பேருயிர் பிரிகையில் அவள் முகமே அவனுடன்...

அன்பு ததும்பும் நீல விழிகள்... நண்ப! எனும் அவள் குரல்...

மன்னனின் அரண்மனையில் கண்ணீர் விட்டழுத எஸ்தரின் வலு, பொறுமையின் பாத்திரம், அற்பமாய் எண்ணப்பட்ட ரெபேக்காளின் தூய்மை, தன் சகோதரரால் விற்கப்பட்ட தபராவின் கண்கள், கன்னியாய் கருத்தரித்த மரியாவின் அவமானம்,இழிவு.

என் நேச அன்னையே,பிரியசகியே! உன்னை விட்டகல்கிறேன்..,

வருவாயா என்னுடன்.பேரமைதியே....

வேழம்

காலை என்பது மலைகளுக்கே உரியது.கோடையிலும் மெல்லிய குளிர் பரவுகிறது.நேற்றிரவு பெய்த கோடை மழை புற்கள் செடிகள் முட்கள் என எல்லாவற்றிலும் பனித்துளிகள் போல ஒளிர்கிறது.

ரோஜாவும், செவ்வந்தியும், யானைக்காது போன்ற சேம்பிலைகளும் நீர்த்துளிகளுடன் காலை சூரியனில் மின்னுகின்றன.

கையில் தேநீருடன் நிற்கிறேன்..அவள் வருமுன்னே என்னால் உணரமுடிகிறது. பூவும், பௌடரும் கலந்த மணம். ‘‘.கணேஷ்ஷ்ஷ் மெல்லிய சீறலாய் அழைக்கிறாள்’’. நான் திரும்பாமலே மம்.. என்கிறேன்.

‘‘நீ ஸ்கூலுக்குப் போகும்போது எனக்கு புக் குடுத்துட்டுப் போ.. நைட் ரொம்ப நேரம் லைட் எரிஞ்சிச்சி.தூக்கம் வரலயா?’’

‘‘படிச்சிட்டிருந்தேன். சார் இல்லையா?’’

‘‘காலையிலேயே பீட் பாக்க தொம்பரெட்டி போயாச்சு.நைட் தான் வரும்.’’ உனக்கு இன்னிக்கு சனிக்கிழம ஸ்கூல் அரைவேள தான, சேத்து சமைக்கட்டுமா! கண்களில் ஒன்றுமே காண்பிக்காமல் கேட்டாள். பெண்மையின் தந்திரங்களுக்கு முடிவேயில்லை. ஆண் அதை எளிதில் கடக்க முடியாது.

‘‘வேணாம் நான் மத்தியானம் அப்டியே ஊருக்குப் போறேன்’’ என்றேன், அவள் கண்களைப் பார்க்காமலே.

என்னிடமிருந்து தப்பித்து ஓடுகிறாயா.அது உன்னால் முடியுமா என்ற பாவனையுடன் என்னைக் கடந்து சென்றுவிட்டாள்.

ரோசலினின் அசைவுகள் எனக்கு அம்மாவை நினைவூட்டு கின்றனவா? அம்மா மட்டுமே வளர்த்ததால் அவளையே எல்லா பெண்களிடமும் தேடுகிறேனா?அப்பா இருந்திருந்தால் தெளிவாகச் சொல்லித் தந்திருப்பாரா?

அம்மாவின் மரணத்திற்குப் பின் இந்த ஜவ்வாது மலைப்பகுதியில் வேலை கிடைத்து தனியாக வந்த போது வனத்துறை அதிகாரியான ரூபனின் அறிமுகம்.பக்கத்து வீடு.தம்பி தனியா இருக்கீங்க என்ன உதவின்னாலும் கேளுங்க என்றே ரூபன் என்னை வரவேற்றார்.என்ன காரணமோ ரூபனுக்கும் ரோசலினிற்கும் சரியான புரிதல்கள் இல்லை. இவர்கள் நடுவில் அலெக்ஸ் தான் இழுபடுகிறான். அருமையான குழந்தை.அவனை ஒருநாள் ரோசலின் அடித்த போதுதான் கொழந்தய அடிக்காதீங்க என்று அவளிடம் பேசினேன். அதன்பின் தனியாக நான் இருப்பதால் எனக்கு அவ்வப்போது சமைப்பதை தர ஆரம்பித்தாள்..

புத்தகம், இலக்கியம் என்று தொடர்ந்த எங்கள் உறவு தற்பொழுது எல்லையை மீறத்துடிக்கிறது.

குழந்தை பெற்ற பெண்களுக்கே உரிய முதிர் இளமையே என்னை ஈர்த்திருக்கிறது.திமிர்,அலட்சியம்,அழுந்தும் சிகப்பு,தோள்கள்,ஓடை மணலில் நீரோடிய வரிகள், பிரசவ முத்திரைகள், கனிவு, கோபம், தாய்மை, மென்மை, என்னை என்ன செய்வாய் என்ற வசீகரிக்கும் பார்வைகள், சிணுங்கலான ரகசிய குரல், கூர்மை, ஆணின் பலவீனங்களை அறிந்த மதர்ப்பு.. நாக்கு ஒட்ட வைத்த மீன் குழம்பு, இன்னும் கொஞ்சம் என்று சாதம் வைக்கும் கரிசனம்,..

என் பார்வைகளிலேயே என்னை அறிந்து கொண்டாள்.அவளும்

தனக்கு வாய்க்காத ஆளுமையை என்னிடத்தில் கண்டிருக்கலாம். என்னிடம் அதிக உரிமைகளை எடுக்கிறாள்.

நான் கற்ற தத்துவங்களும்.அறங்களும்,புத்தகங்களும் அவளைக் கண்ட கணத்தில் செயலற்றுவிடுகின்றன.காலங்காலமாய் இயற்கை உண்டாக்கிய யுத்தம் தொடர்கிறது.பூமிக்கும்,வானுக்கும்,இருளுக்கும் ஒளிக்கும், நிலைத்தலுக்கும் மாயைக்கும்,வேருக்கும்,நீருக்கும், ரெளத்ரத்திற்கும், கனிவிற்கும், அறிந்தவைக்கும், அறியாமைக்கும் சத்தியத்திற்கும் அநீதிக்கும் இப்பிரபஞ்சத்தில் நடக்கும் போராட்டத்தின் முடிவு என்ன? ஆணும் பெண்ணும் இணைய முடியுமா, . நீயும் நானும் மறைந்து ஒன்றாகிவிட முடியுமா?.,

என் எல்லா சிந்தனைகளையும் உடைக்கிறாள்.இது சரியா? பிறனில் விழையாமை, பேராண்மை என்னில் இல்லையா?அம்மா இருந்திருந்தால் இந்த குழப்பங்கள் இருந்திருக்காதோ.சாளரத்தின் வழியே ரோசியின் நடமாட்டம் தெரிகிறது.அவளின் நளின அசைவுகளே என்னை விழ வைத்தன.எனக்கும் அவளுக்கும் இடையில் இந்த ஒரு சுவர் மட்டுமே.பெண் எனும் மாயப்பிசாசு! எத்தனை உண்மை, இக்கணம் என்னையே நான் வெறுக்கிறேன். அம்மாவின் மடியினில் புதைந்து சிறுவனாகி விட மனம் துடிக்கிறது

அம்மா கம்பீரமான எளிய பேரன்பு.

முட்டச்சிறகினில் வைத்தென்னை சீராட்டியவள். உனக்குத்தான்டா என்று அவள் சமைத்த கீரையும்,மல்லித் துவையலும்.. எனக்காகவே துடித்த அன்பு உயிர் எங்கே?அவள் கற்பித்த மரபு என்னை காக்குமா? கணேசா எப்பவும் புள்ளயார நெனச்சிக்கோடா. அவர் பேருதான் உனக்கு.எந்தக்குறையும் வராது அம்மாவின் குரல்..

வேழமுகமும்

விளங்குசிந்தூரமும்

அஞ்சுகரமும்

அங்குசபாசமும்

நெஞ்சிற்குடிகொண்ட

நீலமேனியும்

அவள்கூறும்துதி...

அம்மா ஏன் நீ என்னுடனில்லை.ஏன் என்னைத் தனியனாக்கினாய்? நீ கற்பித்த இறை என்னைக்காக்குமா?

தாயாய்எனக்குத்

தானெழுந்தருளி

மாயாப்பிறவி

மயக்கம்அறுத்து,.

வேழ முகத்தோன் என்னைக் காப்பானா? என் மயக்கம் சரியா??

அன்னா கரினினாவை ரோசியிடம் கொடுத்துவிட்டு நான் திங்கள் காலையில நேரா ஸ்கூலுக்கு வந்திடுவேன்என்றேன்.

நீ இந்த வாரம் இருப்பன்னு பாத்தேன்.நாளைக்கு கறி கொழம்பு வைக்கலாம்னு நெனைச்சேன் என்றவள் சட்டென என் கண்களை உற்றுப்பார்த்தாள்.இருவரும் அறிந்து கொண்டோம்.எனக்கு அப்படியே அவளை..

வேகமாக பள்ளிக்கு சென்று விட்டேன்.

பீஞ்ச மந்தை தான் இன்னிக்கு காம்ப். என்ன பன்னீர், எல்லாம் இருக்கா? ரூபன் கேட்டார்

ரெடிசார் என்றான்.

கணேஷ்இன்னிக்கி காட்டுல ரெண்டு சந்தன மரங்களுக்கு எலக்ட்ரிக் வேலி போடப்போறோம்.

எனக்கு பள்ளி விடுமுறையாகையால் இவர்களுடன் இணைந்து கொண்டேன்.

''நான் ட்ரெய்னியா இங்க வந்தப்போ ஜவ்வாது மலை முழுக்க சந்தன மரம் தான்.ரோடோரத்துல சாதாரணமா பாக்கலாம். இப்ப. இருக்கற ஒன்றிரண்டு மரங்களுக்கு மெஷின் கன் பாதுகாப்புத் தர வேண்டிய நிலம. ரூபன் சாரின் அங்கலாய்ப்பு.''

''காட்ல வெறகு ஒடைக்க சொல்ல சந்தன குச்சி சேந்து வந்துடும் சார்.''அடுப்பெரியும்போது வாசனை வரும். அதல்லாம் அப்ப சார். பன்னீர் சொன்னான்.

காட்டில் மரங்களும் புதர்களும் அடர்ந்திருந்தன.இதுக்கு மேல நடந்து தான் போகனும்.

இது எட்டி மரம்.கோடையிலதான் பூக்கும்.லவங்கம் போன்ற பசியநிற பூக்கள் பாதையெங்கும் .பார்க்கும்போதே அந்தப்பசுமை மனம் முழுக்க பரவுகிறது

''காஞ்சிர மரம்னு இலக்கியத்துல சொல்வாங்க என்றேன்.''

ரூபன் சிரித்தவாறே உங்களுக்கு இலக்கியத்துல ஆர்வம் .எனக்கு காடு தான் பிடிக்கும்.உயர்ந்த நெல்லி மரங்களும்,மஞ்சள் மலர்களுடன் காட்டு வாகை மரங்களும், புங்க மரங்களும்,பசுமையான வேங்கை மரங்களும்,தேக்கு மரங்களும் பரவி, பல கொடிகளும் ,மூங்கில் புதர்களுமாய் காடு உயிர்ப்புடன் இருந்தது.நேற்றிரவு பெய்த கோடை மழையினால் மரங்களிலிருந்து சிதறிய நீர்த்துளிகள் எங்களை நனைத்தன.கீரி ஒன்று குறுக்கே ஓடியது.ஓணான்கள் தலையை ஆட்டின.பல பூச்சிகளும் தேனீக்களும் மரங்களின மீது பறவைகளின் சிறகடிப்புகளும் எனக்கு வேறு உலகத்தை காண்பித்தன.ஊரின் எந்த இரைச்சலும் இன்றி காடு எத்தனை இயல்பாய் இருக்கிறது.

சார். அங்க பாருங்க. பன்னீர் காண்பித்த இடத்தில் யானைப்பிண்டம்.

நேத்து ராத்திரி யானைக்கூட்டம் இங்க இருந்திருக்கு.ஒரு கொம்பனும் மூணு பெண் யானைகளும் ரெண்டு குட்டிகளும் இருக்குங்க.தண்ணி தேடி செண்பகத்தோப்பு டேமுக்கு வந்திருக்கணும். ரூபன் சார் சொல்லச்சொல்ல எனக்கு அவற்றைக் காண ஆவலாயிற்று.

''யானைங்க மனுசங்கள ஏன் சார் தாக்குது.''

ரூபன் சொன்னார், இல்ல கணேஷ். எந்த விலங்கும் அதுங்களோட எல்லைக்கு போனா மட்டுமே நம்மளத் தாக்கும்.கானகம் எல்லா உயிர்களுக்குமான இடம்.மனுஷந்தான் அங்க போயி இயற்கை சமநிலையை அழிக்கிறான். .யானைங்க பொதுவாக கூட்டங்கூட்டமா இடம் பெயரும் இயல்புடையவை.காலங்காலமா அவை காட்டில் மலையில் குறிப்பிட்ட வழித்தடங்கள வச்சிருக்கும்.நாம அந்த வழியை ஆக்ரமிச்சா குழம்பிப் போயி எதிர்த்து தாக்கும்.

கொஞ்ச தூரத்தில் ஒரு பெரிய மாமரம் .ஒரு பெரிய வீடளவு இடத்தில் பரவியிருந்தது. தூரத்திலேயே மாம்பழ வாசனை.மரத்தில் ஏராளமான குரங்குகள்,அணில்கள்,பறவைகள், கீச் காச்சென்று சத்தம்.அது ஆத்து மாங்கா சார் வெறும் நாரு.பன்னீர் தந்த மாம்பழம் நாராகத்தான் இருந்தது.ஆனாலும் அது காட்டின் ருசி.

அங்கே எங்களுடன் மேலும் சிலர் சேர்ந்துகொள்ள கருமையான தண்டுகளும்,நல்ல பச்சை வண்ண இலைகளுமுடைய சந்தன மரங்களுக்கு மின் வேலி அமைத்தனர்.சந்தன மரமே ஒரு காடு போன்ற ஈர்க்கும் அழகுடனிருந்தது.சிறிய முட்டை வடிவ இலைகள் மரத்தின் கிளைகளே தெரியாவண்ணம் செழித்திருந்தன.குட்டி நட்சத்திர பொட்டுகளாய் மங்கிய மண் வண்ண மலர்கள்.சின்ன பம்பர வடிவ பச்சை காய்கள்.அந்த மரத்தின் பசுமையே ஒரு தனி ஒளியாய் காட்டில் ஒளிர்ந்தது.கீழே கிடந்த காய்ந்த காய்களை பொறுக்கிய போது பன்னீர் சொன்னான், அந்த கொட்டய ஒடச்சி துன்னா கிறுகிறுன்னு வரும் சார்.

ரூபன் சிரித்தவாறேஅது ஆயிலி சீட்.விதையில இருக்கற எண்ணெய் தல சுத்த வைக்கும்.சந்தன மரம் ஒரு ரூட் பேரசைட்.அதால

தனிச்சு வாழ முடியாது.மத்த மரங்களோட வேர்களில் இருந்து இதோட வேர் தண்ணிய உரிஞ்சுக்கும்.எட்டி,புங்கன்,நெல்லி ,மகா கனி மலை வேம்பு போன்றமரங்களின் பக்கத்துல தான் இவை வளரும்என்றார். காடு எனக்கு பல தகவல்களைத் தந்து கொண்டே இருந்தது.

காட்டில் தீ மூட்டி அங்கேயே பிடுங்கிய குச்சிக்கிழங்குகளைச் சுட்டு பன்னீர் தந்தான்.இயற்கையின் மணமும் ருசியும்என்னுள்.

காட்டோடை நீரை கொதிக்க வைத்து போட்ட பாலில்லா தேநீரின் சுவையை நான் ஊரில் என்றுமே அறிந்ததில்லை.

அன்று மாலைதான் திரும்பினோம்.எனக்கு மனிதர்கள் வாழும் இடங்கள் எத்தனை அற்பமானவை எனத் தெரிந்தது.காடு எத்தனை அற்புதமான வாழ்விடம்.எத்தனை உயிர்கள் சின்னஞ்சிறு புழுவிலிருந்து மாபெரும் யானைவரை..

ரோசி என்னைப்பார்த்ததும் முகத்தை திருப்பிக்கொண்டாள். கொஞ்ச நேரங்கழித்து காப்பியுடன் என் அறைக்கு வந்தவள் நீயும் காடு சுத்த கத்துக்காத.இன்னிக்கு லீவு தான, இங்கயே இருக்க வேண்டியது தான! அடிக்குரலில் சீறினாள்.

‘‘என்ன சீப்பா நெனைக்கறயா கணேஷ்.அவளின் விசும்பல் என்னை பதற வைத்தது.

‘‘இல்ல ரோசி ப்ளீஸ் அழாத... குழந்தை போன்ற கண்கள். இவளையா மாயப்பிசாசு என்றேன்.’’ இவள் இடம் மாறி விழுந்த தேவதை.என் மனம் தாள இயலா உணர்வில் பொங்கியது.காட்டில் பார்த்த சந்தன மரம் போலவே அவளும் ஒளிர்ந்தாள்.

‘‘இன்னிக்கு ஊருக்கு போயிட்டு ,ரெண்டு நாள்லவறேன்.’’ உனக்கு வேற புக்ஸ்வாங்கிட்டுவறேன்.நீஅழாத,என்னாலதாங்கமுடியலஎன்றேன்.

சட்டென என் கைகளைப் பற்றியவள் என்னைப் பார்த்து கலங்கிய கண்களுடன் சிரித்தாள்.சரி நீ எப்ப வருவேன்னு பாத்துட்டே இருப்பேன் என்று கூறி சென்றுவிட்டாள்.

அம்மாவின் கண்கள் எல்லா பக்கத்திலிருந்தும் என்னை நோக்குவது போலிருந்தது.

இரண்டு நாட்களில் வேலூரின் புழுக்கம் என்னை மூச்சு திணற வைத்தது.தூசியும்,சாக்கடைகளும் இரைச்சலும்..,மலையை மனம் நாடியது.பனியும் குளிரும் ரோசலினும்...

ஆலங்காயத்தில் கடைசி பஸ்ஸைஇரவு ஒன்பது மணிக்குப் பிடித்தேன்.கோடையின் உக்கிரம் புழுங்கி அனைவரையும் கச கசத்தது.நாய்க்கனூர் வளைவு தாண்டும்போதே மலைக்காற்றின் குளிர்ச்சியை உடல் உணர்ந்தது. டானா கேட்டில் சொன்னார்கள், யானை கழுதைக்கட்டி மேட்டில் இருக்கிறது என்று..

கண்டக்டர் வண்டியை நிறத்தி லைட்டை ஆப் பண்ணிட்டா அது போயிடும் என்று அனுபவ அறிவில் சொன்னார். பத்து மணிக்கு காவலூர் அப்சர்வேட்டரியை பஸ் தாண்டியது.எனக்கு தூக்க மயக்கத்தில் கண்கள் சுழன்றன...

அய்யோ யான! சத்தங்கள்... வண்டி நின்றதில் முன்னோக்கி விழுந்தேன். டிரைவர் எல்லா லைட்டையும் ஆஃப் பண்ணிவிட்டார் .யாரும் சத்தமே குடுக்காதீங்க கண்டக்டரின் மெல்லிய குரல்.

நிலவொளியில கரிய நிழல் சாலை வளைவில் தெரிந்தது. நிதானமாக நடந்து வந்த கொம்பனின் அசைவுகள் பேருந்தில் உயிர் பயத்தை அதிகரித்தது. எத்தனை பெரிய உருவம் கருமை,.. பேருந்தின் பக்கத்தில் வந்தது. என்னால் அதன் காதுகளை தந்தத்தை பார்க்கமுடிகிறது.நிலவில் கருமை பளபளக்கிறது. ஆலமரத்தின் அடிப்பாகம் போன்ற கோடுகளுடன அதன் மத்தகம் சிலிர்ப்பது தெரிகிறது.திடீரென அதன் தும்பிக்கை சன்னல் வழியாக உள்ளே நீள்கிறது.சிறிய கரிய விழியை அருகில் பார்க்கிறேன். ஆழமான சோகமான உக்கிரமான கருணையான நீர்ததும்பும் விழிகள்.இதன் கண்களில் என்ன ? என்னை பார்த்து என்ன சொல்கிறது. உருண்ட தும்பிக்கை என் மீது உரசுகிறது. சொரசொரப்பு..,எனக்கு

அவ்வேளையிலும் சிறு வயதில்அப்பாவின் ஷேவ் செய்த தாடை ஸ்பரிச ஞாபகம்...

தும்பிக்கையை வெளியே இழுத்த கொம்பன் அப்படியே மேலே உயர்த்தி ப்ப்பாம்ம்ஏன பிளிறியது.பஸ்ஸில் மூச்சு விடும் சத்தம் கூட இல்லை.அப்படியே பேருந்தின் முன் புறம் சென்று சாலையை கடப்பது போல நின்றது.இப்பொழுது அது வந்த வளைவிலிருந்து மற்றோரு யானை வருவது தெரிகிறது.இதை விட உயரம் குறைவான யானை. அதன் பின்னே ஒரு குட்டி வரிசையாக வருகின்றன.கொம்பன் முன்னே கம்பீரமாய் நடக்க அதன் பின் ஒரு பெண் யானை பிறகு இரண்டு குட்டிகள் அவற்றின் பின் இன்னும் இரண்டு பெண் யானைகள்... குட்டிகளை நடுவில் விட்டு பாதுகாப்பாக நகர்கின்றன. ஊர்வலம் கொஞ்சம் கொஞ்சமாய் மறைகிறது.சாலையின் மறுபக்க மூங்கில்களில் அசைவுகள். ஏறத்தாழ ஒரு மணி நேரமாகியிருந்தது. இரவு பன்னிரண்டு மணிக்கு ஜமுனாமரத்தூர் வந்து சேர்ந்தோம்.

நாம் எல்லையைத் தாண்டினாத்தான் யானைத் தாக்கும், ரூபன் சார் சொன்னாரே. எல்லையை மீறாதே என்று எனக்கு எச்சரிக்கத்தான் கொம்பன் வந்ததா?

யார் நீ என் தகப்பனா? முழுமுதல் கடவுளா?விக்னேஸ்வரனா? ரோசலினுக்கும் எனக்குமான எல்லை இந்த சுவர் தானே, இதை நான் மீறினால் என்ன ஆகும்.

கனவில் யானை வந்தது.யானையே அம்மாவாய் தெரிந்தது. யானை தும்பிக்கை என்னைத் தடவியது. அம்மாவின் கை போன்ற மென்மை...

''என்ன கணேஷ் ரொம்ப நேரமா கதவ தட்டறேன்.பஸ்ஸ யானை மறிச்சதாமே.பயந்துட்டீங்களா?அது ஒண்ணும் பண்ணாது.எங்கிட்ட வராதிங்கன்னு ஒரு எச்சரிக்கை அவ்ளோதான்.ரோசலின், உங்களுக்கு இட்லி எடுத்துட்டு வரட்டுமான்னு கேட்டா... ரூபன் சார் கேட்கிறார்.

"இல்ல சார், அதெல்லாம் வேணாம். எனக்கு இங்க இருந்து ஸ்கூல் தூரமா இருக்கு. அங்கயே பக்கத்துல ரூம் கெடச்சிடுச்சி. நான் வீட்ட காலி பண்றேன்.

ஜன்னல்களைத் திறக்கவே இல்லை. ரோசலினைப் பார்க்காமலேயே கிளம்பிவிட்டேன்...

நட்ட கல்லும் பேசுமோ

முன்புறமெங்கும் காவிச்சிவப்பு வண்ணம் பளீரிடுகிறது.அரச மரம் முன்பைவிட பெரியதாய் படர்ந்து பல்லாயிரம் இலைகளையே உடலாக்கி அழைக்கிறது.விலையுயர்ந்த கார்கள் நின்றிருக்கின்றன. அரச மரத்தின் கீழே புற்று ஒன்று பிரம்மாண்டமாய் வளர்ந்து மஞ்சள் குங்குமம் வேப்பிலை சூலம் எலுமிச்சை மாலை என்றெல்லாம் அலங்கரித்துக் கொண்டிருக்கிறது.

நுழைவாயிலின் அலங்காரம் மாறி அருள் மிகு ஸ்ரீ.சக்தியன்னை பீடம்,திருமஞ்சனங்குப்பம்,சிதம்பரம் என்று ஒளிர் சிவப்பில் மஞ்சள் பின்னணியில் எழுதப்பட்டிருந்தது.

அங்கே அர்ச்சனைக்குரிய பொருட்கள்,மஞ்சள் குங்குமம், பூக்கள், தேங்காய், வளையல்கள், மணிமாலைகள், காலணி பாதுகாப்பிடம் என்று மிக நெருக்கடியான வியாபார இடமாக மாறியிருந்தது குருவுக்கு அதிர்ச்சி.அவன் எத்தனையோ நாட்கள் பிற்பகலில் நிர்விசாரமாய் படுத்துறங்கிய, கல் பாவிய அரச மரத்தடித் தரை அது.

உள்ளே நுழைந்ததும் மகா அன்னையைப் பார்க்க அனுமதி இல்லை என்றார்கள். அங்குள்ள ஒல்லி மனிதர், என்ன காரியம் என்றார்.அவரை எனக்கு எட்டு வருஷத்துக்கு முன்னயே தெரியும்,

கங்கைக்கரையிலிருந்து சுவடிகள் கொண்டுவந்திருக்கறேனு சொல்லுங்க.

வெள்ளைத்தாடியைத் தடவியவாறு காத்திருங்கள் என்றார்.

அன்னதானம் என்ற அம்புக்குறியின் பின்னே நடந்தான். ஒருவாரமாய் சாப்பிடவில்லை.ஆங்காங்கே கிடைத்த தேனீரும் பழங்களும் மட்டுமே.உணவறைக்கு தொலைவிலேயே அன்னத்தின் வாசம்.

இரவு வரை மடத்தின் பூஜை மண்டப ஓரத்திலேயே காத்திருந்தான்.

மறுநான் காலை அன்னையிடமிருந்து அழைப்பு .செவ்வாடை அணிந்த அவர் தளர்ந்திருந்தார்.

குருவைப் பார்த்ததும் புன்னகைக்கிறார்.எத்தனை வருஷமாச்சு மறந்திருப்பாரோ எனநினைச்சது தப்பு.

"இன்னமும் கால் தரிக்கலயா?அது சகடம் படுத்தறது.கங்கா மாதா விடமாட்டா.." அவர் பேசுவதைக் கேட்டுக்கொண்டே அவரின் அலங்காரங்களைப் பார்க்கிறான்.சிவப்பு சாய வேட்டி,வெற்றுடம்பு இரட்டை சரீரம்,கழுத்தில் பொன் உருத்திராட்சம்,நெற்றியில் சந்தன குங்குமத் திலகங்கள்.ஊடுருவும் விழிகள்.புன்னகை.

சாமி....சுவடி...

சந்நிதானத்திற்குக் கொண்டா..காசியிலயே இருந்தியா?

இல்ல சாமி வடக்கே போனேன்,காசி...

"அலையணும்னு நெனச்சிட்டா முடிவேயில்ல..நான் சாமியார் இங்கயே இருக்கேன்.நீ கிரகஸ்தனா ஹஹஹ,"

உள் நாழியிலே அலங்காரத் திரைகள்,பளிங்குத் தரைகள் என அது பணக்கார மடமாகிவிட்ட அடையாளங்கள்.

எட்டாண்டுகளுக்கு முன் குருராஜ் முதன்முதலில் வந்தபோது மகா அன்னையே நின்று அன்னதானத்தை மேற்பார்வையிட்டது.

அப்போது குரு சிலநாள் தாடியுடன் சோர்ந்தவனாய் உணவருந்த அமர்ந்திருந்தான்.அப்பவெல்லாம் அன்னையைப் பார்க்க அனுமதி தேவையில்லை.அரச மரத்தடியில் சாதாரணமாய் அமர்ந்திருக்கும்.

வீட்ட விட்டு ஓடி வந்துட்டயா

இல்ல சாமி அம்மா கிட்ட சொல்லிட்டுதான் .,

படிக்கிறயா

பன்னிரண்டாவதுல பாதியில வந்துட்டேன்.

மகா அன்னை இளமையாக இருந்தார்.மாநிறம் சுருண்ட மயிர் தலை,மோவாய்,மார்பெங்கும்.தீர்க்கமான விழிகள்.ஞானச்செருக்கான முகம்.பார்த்துக்கொண்டே இருக்கலாம் என்ற புன்னகை.இறையை அறிந்தால் தான் அத்தகைய அமைதி முகத்திலிருக்கும்.

பசுவிற்கு உணவளித்தார்.லட்சுமியைத் தடவிக் கொண்டே அவனிடம் பேசினார்.அவர் தடவத்தடவ தலையைத் தூக்கி காட்டியது பசு.

நீ தேடறது எது?உனக்கு மனசுல நம்ம சாதாரணமானவனில்லனு எண்ணம்.எல்லாரைப் போல இல்லன்னு நிரூபிக்கப் பாக்கற.

அரச மரப்பீடத்தில் அமர்ந்திருந்த சாமியின் காலடியில் அமர்ந்திருந்த குரு, இல்ல சாமி இவங்களுக்கெல்லாம் பணம் மட்டும் தான் வாழ்க்கை, படிச்சவங்க என்னோட ஆசான்கள்,ஞானவான்கள் என்று பெயரெடுத்தவங்க எல்லாருமே இப்டித்தான்.என்னால அதயெல்லாம் பாக்க முடியல. வீடுகட்டி,மனை வாங்கி, ஆபரணம் சேர்த்து, வயசாகி, ஊரை புறணியிலேயே வதைத்து, நாலு சுவர்தான் எல்லாமேன்னு இருந்துகிட்டு, கண்ண குத்திடும்னு பயந்து சாமி கும்பிட்டுகிட்டு ....இதா சாமி வாழ்க்கை.என்னால இதுல இருக்கவே

முடியாது.மனசு நெறஞ்சி எதையும் செய்யணும்னு நெனைக்கிறேன்.

உன் மனசு நிறைய குழப்பத்த சந்திக்கும்.கவிதை எழுதறயா. அவனுங்க தான் அப்படி இருப்பாங்க.நானெல்லாம் அந்தப் பக்கம் கூட போனதில்ல ஹஹஹ!பொம்மானாட்டி விஷயத்துல மாட்டிக்காத,நீ மனசு சொல்றத கேக்கறவன்.மாட்டினா விடாது.

சாமி எனக்கு அதல்லாம் இல்ல.மனசு உறுத்தாம சாதிக்கணும். என்னோட பாடம் கூட தப்பாதான் சொல்லித்தருது.அதனால தான் படிப்ப விட்டுட்டேன்.

உயர்வை சொன்னாத்தான அது ஞானம் சாமி,படிக்கிறவனும், சொல்லித் தரவனும் மனம் சுருங்கி,இல்லாத பொல்லாப்பையெல்லாம் செஞ்சா அது என்ன படிப்பு?

''நீ சொல்றதெல்லாமே நானும் என் குருநாதருங்க கிட்ட கேட்டிருக்கேன்.இந்த வயசுல அப்படித்தான் மனம் விரியும்.ஆனா அப்புறம் ஊழ்வினையை உணர்ந்து அடங்கிடும்''

இந்த மடம்,பூசை இதெல்லாம் என் குருநாதர் தந்தது.நம்ம இந்து தர்மத்துல ஆறு முக்கிய உண்மை இருக்கு.சாங்கியம், யோகம், வைசேஷியம், நியாயம், பூர்வமீமாம்சம், உத்தரமீமாம்சம்... இதெல்லாம் என்னை வழிநடத்துது.

சாமி நான் எப்படி திருப்தியாறது?

நீ உனக்குள்ள உணரணும்

பால்நினைந்து ஊட்டும்

தாயினும் சாலப்பரிந்து

நீ பாவியேனுடைய

ஊனினை உருக்கி

உள்ளொன்று பெருக்கி

உவப்பிலா ஆனந்த் ஆய

தேனினைச் சொரிந்து

புறம்புறம் திரிந்த செல்வமே

மாணிக்க வாசகர் மாதிரி இப்படி உண்மையா இறையை நினை........ இரவெல்லாம்... அவனுக்குக் கூறுவார்.

புத்தாண்டுகளில் மடம்,சாமி எல்லாமே புறட்டப்பட்டுவிட்டன. குருவிற்கு அங்கு புரளும் ஆடம்பரங்கள் மனதில் ஒட்டவில்லை.

திரைச்சீலைக்குப் பின்புறமாக அழைத்துச்சென்றனர். குளிரூட்டப் பட்ட அறை,சிவந்த நிற அறை அலங்காரம் அவனுக்கு அலட்டலயே காண்பித்தது.பளிங்குத் தரைகளும்,கம்பளங்களும் விளக்குகளும்....

வசதியான படுக்கையில் சாய்ந்திருந்தார் மகாஅன்னை. ‘என்ன சுவடி’

சாமி! கங்கைக்கரையில பலநாள் உக்காந்து அந்த பிரவாகத்தையே பாத்துட்டிருந்தேன்.அப்பதான் தாடியும்,தலையுமா ஒருத்தர் அறிமுகம் உடைந்த ஆங்கிலத்துலயே என்னப் பத்தி கேட்டுட்டு கொஞ்ச நாள் கூடவச்சிருந்தார்.பெரிய மனுசனுங்க சாதாரணமா அவர் காலில் விழுந்தாங்க.ஆனா சாமி அலட்சியமா அவனுங்களப் பாத்து சிரிப்பாரு. ராத்திரியெல்லாம் கங்கைக் கரையில திரிவோம். பிச்சக்காரனா அங்க இருக்கற சாமிங்க சிலபேரப் பாத்து வணங்குவாரு,பேசுவாரு.

சாமி, என்ன உலுக்குனாரு.எல்லாத்தையும் உணர்ந்தேன்.என் அன்னையின் மடியின் மென்மை,புல்லின் கூர்மை நுனியின் பனித்துளி,வண்ணப் பறவையின் பூஞ்சிறகின் வழமை,பிறந்த கன்றின் துள்ளல், ஊதாவாய் செம்மையாய் நீலமாய் மலரிதழின் நளினம், வாழைப்பூவின் மடல்,பூசணி இலைகளின் செழுமை,புறாவின் சிலிர்க்கும் கழுத்து மயிர், பொன் வண்ணக் கொன்றை,முதிரா

கன்னியின் அதரங்கள்,மருளும் சிறு பெண் குழந்தையின் சுடர் விழிகள்,காதலியின் மென் பாதங்கள்,ஓடை நீரில் அடியில் மின்னும் குறு மீன்கள்,நிலாக் கிரணங்களைப் பொடித்து துள்ளும் சமுத்திர அலைகள், பசுங்குடை போர்த்திய விருட்சங்கள், வெற்றிலைக்கொடி, சங்கு புஷ்பம்,ஆலம் பழங்கள்,விளாம்பழ ஓடு,நாகணவாய்ப் புள்ளின் மஞ்சள் அலகு,அந்தி மந்தாரைப்பூ,முல்லைச்சரம்நெட்டிலிங்கப் பழங்கள்,நேற்று பிறந்த மகவின் தொடைச்சதை மடிப்பு,முதல் காதலியின் தேவதை ஸ்பரிசம்,அவள் குழலசைவின் பொற்கணம், கருங்கல்லின் தெய்வச்சிரிப்பு...எனஎல்லாமே இப் பிரபஞ்ச வெளியில் ஒன்றே, இறையின் தரிசனமே என நான் உணர்ந்தது கங்கையின் கரையில் தான்.

அவர் தான் எனக்கு இந்த சமஸ்கிருத சுவடிங்களத் தந்து,இது தேவ பாஷை,உணர்ந்து கத்துக்கோன்னு தந்தார்.

சாமி உங்களுக்குத்தான் சமஸ்கிருதம் தெரியுமே என்றவாறு அச்சுவடிகளை தந்தான்.

குரு , நான் இப்ப வாசிக்கறதே இல்ல.சமஸ்கிருதம் ஞாபகமே இல்ல.

சாமி..,

இது எல்லாமே அஹத்தைப் பத்தினது,மனுஷ முயற்சியை விட பிரம்மாவின் எழுத்து நிர்ணயிக்கறதப் பத்தி பேசுது.

குரு, நீ உண்மையா இருக்கற .ஞானத்தை அடஞ்சிருக்க.ஆனா இப்ப நான் அப்டில்லாம் இல்ல..நீ இங்கயே இரு, பூசை,தீர்த்தம் எல்லாத்தையும் முடிச்சிட்டு வரேன்.

மாலை வரை காற்றலைகளை உண்டாக்கும் குளத்தின் கரையில் மணல் உடலைத் தழுவக் கிடந்தான்.நல்ல நீலமும் அப்போது பொறித்த கோழிக்குஞ்சின் வெண்மையும் கலந்த மீன்கொத்தி முங்கி அன்றன்றுள்ள அதன் துள்ளும் அப்பத்தை பற்றியது.வானில் படரும் வெண்மை கொஞ்சங்கொஞ்சமாக செம்மையடைந்து கண்ணில்

கருமை படரும் வரை பார்த்துக் கொண்டிருந்தான்.

சந்தியா பூஜை ஒலிகள். அப்பு தேடி வந்தான்.

இரவு போஜனம் என்று அவர் அப்பொழுதுதான் வெந்த கொதிக்கும் இட்டிலிகளையும், ஏதேதோ பதார்த்தங்களையும் அருந்துவதைப் பார்த்தான். ஒருகாலத்தில் இவர் இரவில் ஒரு பழம் மட்டுமோ அல்லது எதுவுமே உண்ணாமலோ இருந்தார்.

'குரு, நீரழிவு வந்துடுச்சி விரதமெல்லாம் கூடாதுன்னுட்டாங்க.' எல்லாரும் போன பிறகு அவனருகில் வந்து தரையில் அமர்ந்து கொண்டார்.

உன் பார்வையே என்னைக் கேக்குது, இப்ப நான் யாரோ சொல்றதக் கேக்குறேன்." கதவுத் தட்டப்படும் ஓசை.

காவிச்சீருடையில் பேரிளம் பெண் ஒருத்தி மூடிய தட்டை ஏந்தி,

"மல்லிகா இன்னிக்கு முகம் பூரிப்பாயிடுச்சி" அவளிடம் வெகு உரிமையாய் கேட்டுக்கொண்டே வேட்டியை மேலே உயர்த்துகிறார். போங்க சாமி... மிழற்றலாய் அருகில் அமர்ந்தவள் தட்டை மூடியத் துணியை விலக்கி சிரிஞ்ச் ஒன்றை எடுக்கிறாள். மருந்து குப்பியை அழகாக அவள் உடைப்பதை குரு பார்க்கிறான்.

இன்னிக்கு கங்கைக்கரை சாமி மாட்டினாரா? உடையும் கண்ணாடியின் ஒலி போன்ற சல்லாபக் குரலில் கேட்டுக் கொண்டே அவர் தொடையில் ஊசியைப் போடுகிறாள்.

அந்த சாமிக்கு வேணுமா?

அவருக்கு பழக்கமில்ல.

வரேன் சாமி! இருவரையும் வணங்கி வெளியேறுகிறாள்.

மகா ஷ்ரீ அன்னையின் கண்கள் மலர்கின்றன. அதி உன்னத மகிழ்வில் திளைப்பது போன்று கண்களை மூடி அமர்ந்திருக்கிறார்.

குரூஊஊ அவர் குரலே மோனத்தில் லயிப்பது போல் மாறி இருந்தது.இதுக்கு என்னப் பழக்கப்படுத்திட்டான்.இல்லன்னா ராத்ரியெல்லாம் அழுவேன்.

குருவிற்கு போய்விடலாமா எனத் தோன்றுகிறது.

போகாத. இன்னிக்கு நீயாவது என் மனசக் கேளு.நீ பாத்தப்ப உண்மையான சாமியா இருந்தேன் .ஆனா இப்ப இது பணக்காரங்க வந்து குவியற எடமாயிடுச்சு.ஜனங்களுக்கு ஏதோ ஒரு நிவாரணம் தேவப்படுது.இந்த இடம் அப்படி எல்லாத்துக்கும் புடிச்சிடுச்சி.எட்டு வருஷத்துல எல்லாருக்கும் தெரிஞ்ச இடமாயிடுச்சி.

இங்க எனக்கு எந்த தேடலும் இல்ல .இப்ப பெரிய பிசினஸ். உஷைக்கால பூசை,கோபூசை.தியானம்,தீர்த்தம் கொடுக்கறது,சந்தியா பூசை,பௌர்ணமி யாகம்,குத்துவிளக்கு பூசை,லோக சமாதான யாகம்,வருண பூசை,நவராத்ரி...,இப்டி மக்களுக்கு ஏதாவது வழி முறை,ஆடம்பரங்கள் தேவப்படுது.அவனுக்கு அதெல்லாம் நல்லாத் தெரியும்.என்ன வச்சி வியாபாரம் பண்றான்.

ஊர்ல இருக்க பெரிய மனுசனெல்லாம் கொண்டு வந்து கொட்டறான். சாமி சாமின்றான்.பொண்டாட்டியோட வந்து காலில் விழுந்துட்டு லட்ச லட்சமா தந்துட்டு பாவம் போயிடும்னு நம்பறான். எனக்கு சேருதே அவன் பாவ மூட்ட எல்லாம்.அந்த பாவத்துல தான் பள்ளி,கல்லூரி எல்லாம் நடக்குது.

நீ கேகக்கலாம், ஏஞ்சாமி ?

நீ ஏன் இதுல இருக்கறன்னுட்டு... எல்லாம் கிரகம்.எனக்கு கீட்டமைன்,பெத்தடின்னு ஊசியப் போட்டு தூங்க வச்சிட்டு பொம்மனாட்டிகளோட வெளயாடறான்.அது கூட எப்டியோ, ஏதோ,

சின்ன பசங்க, அவனுக்கு செவப்பா, முடியில்லாத வெடலப் பசங்களக் கண்டா உட முடியாது.....

குரு ராஜ் உடல் நடுங்குகிறது.

குரு. நீ சொல்ற தேடல் எதுவுமே இங்க இல்ல.நீ இங்கியே இரேன் .நீ உண்மையான ஆத்துமா.உன்னயே இளைய சந்நிதானமா ஆக்கறேன்.இந்த சுவடியெல்லாம் படிச்சி இந்த எடத்த நீ மாத்து.

''யார் சாமி உங்கள ஆட்டி வைக்கறது''?

அவந்தான் இளைய மடாதிபதின்னு பட்டங்கட்டிக்கிட்டானே.என் சித்தப்பா புள்ள தான். இங்க அவன் தான் சகலமும்.

நீங்க நெனச்சா எல்லாரையும் விலக்கிடலாமே.

அது முடியாது குரு,ஏன்னா அவனுக்கு என் பலகீனம் தெரியும். அவன் இங்க மொதல்ல ஒத்தாசைக்குத்தான் வந்தான்.எனக்கு சகல பணிவிடையும் செஞ்சான்.......

குரு! ஏன்னா... நான் ஆம்பிளையே இல்ல....மனம் முழுக்க பொம்பள.., இத அறிஞ்சி தான் அவன் என்னை....

குருராஜ் இருளில் எந்த இலக்குமின்றி அந்த இடத்தைவிட்டு அகலவேண்டுமென மாறா ஆசையுடன் ஓடத் தொடங்கினான்....

ஆழ்துயில்

நிலத்தைச் சுற்றிலும் புங்க மரங்களும், எட்டி மரங்களும். புளிய மரங்களும் அடர்ந்திருந்தன. லண்டானா புதர்கள் சிவப்பு, ஊதா, மஞ்சள், வெண்மை என வண்ணக்கலவையாக பூத்திருந்தன.

ஏரிக்கரையில் அமர்ந்திருக்கிறாள். ஆனி ஆவணி மாதங்களில் இங்கு வெயில் பார்ப்பதே அரிது. காற்றில் எப்போதும் ஈரப்பதம் தான். ஏரி நீரும், சோம்பலாய் இந்த குளிரை அனுபவிப்பது போல வீசும் காற்றில் அவ்வப்பொழுது சிலிர்த்து, சிறிய அலைகளில் புன்னகைக்கிறது. கரையில் சிவந்த மலர்களும், இளஞ்சிவப்பு வண்ண ரேடியோப்பூக்களும் அந்த இடத்தை ரம்யமாக்குகின்றன. நீரில் உள்ள பாசிகளும், சிறிய சங்குகளும், சின்னஞ்சிறு மீன் கூட்டமும் கண்ணாடி பிம்பம் போல தெளிவாகத் தெரிகின்றன. அடியிலுள்ள பொடி வண்டல் மண்ணின் மென்மையைக் காணும் போது உடல் பொங்குகிறது.

அவள் காட்டை நோக்கி நடந்தாள்.

அக்கானகத்தின் இருளடர்ந்த பசும் ஒளியில் அவள் உயிர் பெற்றாள். அவளின் ஆன்மா அங்குதான் செயலூக்கம் பெற்றது. பதின்வயது சிறுமியாய் அவள் உணர்ந்த காடு அது. அதுவே அவள் உயிர், சலனம் எல்லாம். அவ்வனத்தின் மரங்களும், புதர்களும் பறவைகளும், புழுக்களும், சர்ப்பங்களும் அவளை அறிந்திருந்தன. கானகத்தை

ஒட்டிய எல்லையில் அவள் வீடிருந்தது.நீர் தேடியும், விறகு பொறுக்கவும், புற்று மண்ணெடுக்கவும், பூக்கள் கொய்யவும், தழையெடுக்கவும் என பல வேளைகளில் அவள் தனியாக அக்காட்டில் திரிந்து கொண்டிருப்பாள்.அவள் அப்பன் கோரையன் ஆடுகளோடு போய்விட்டு அந்தி சாயும் வேளைகளில் திரும்புவான்.அந்த ஒரு வேளை மட்டுமே அவர்களுக்கு உணவு.?

கார்த்திகை மாத மழைநாளொன்றில் தூரல் வெறித்த வேளையில் நத்தைக்கூடு தேடி காட்டில் சென்றுகொண்டிருந்த போதுதான் அவர்களைப் பார்த்தாள்.அரசமரத்தடியில் சேற்று ஈரத்தில் நத்தைகளைப் பொறுக்கி மூங்கில் கூடையில் போட்டுக் கொண்டிருந்தாள்.

நான்கு பேரும் மழையில் நனைந்த ஆடைகளுடன் கனத்த பாதணிகளுடன் வந்தனர்.இவளைப் பார்த்ததும் ஏம்மா இங்க ஊர் தூரமா?சாப்புட ஓட்டல் எதாச்சும் இருக்குமா என்றான் ஒல்லியான ஒருவன்.

இங்க இருந்து ஊரு ஒரு மைலு.தேத்தண்ணிக் கடதான் இருக்கும் என்றவள், காட்டில் இவர்கள் என்ன செய்கிறார்கள் என்று எண்ணினாள்.

அவர்கள் வேகமாக சென்றுவிட்டனர்.உயரமாய் சிவப்பாய் புருவத்தில் தழும்புடனிருந்தவன் மட்டும் இவளைத் திரும்பிப் பார்த்தான்.

மழைத் தூரல் வலுக்கவும் அவளும் தலையிலிருந்த சாக்குப்பையை இழுத்து ஓடிவரத் தொடங்கினாள்.

மஞ்சம்புல் குடிசை வெளிக்குளிருக்கு இதமாய் வெம்மையாய் இருந்தது.அடுப்பிலும் தணலை விட்டிருந்தாள்.அப்பனை இன்னும் காணோம்.பீடி வாங்கப் போயிருக்கும்.மழையால ஆடுங்கள கூட காட்டுக்கு பத்திக்கிட்டு போக முடியல.

மண் அகல் விளக்கை ஏற்றி வெளி மாடத்தில் வைத்தும்,இன்னும் அப்பன் வரவில்லை.மழை அதிகரிக்க ஆரம்பித்தது. நத்தைக்கூடுகளைக் கழுவி மண் நீக்கினாள்.

கதவைத் திறந்து கொண்டு அப்பனுடன் காட்டில் பார்த்த நாலு பேரும் வந்தார்கள்.இவுங்க காட்டுல ஆராச்சி பண்றாங்கோ.சாப்பாடு தேடிக்கினு வந்திருக்காங்கோ.தேத்தண்ணிக்கடய, மண்ணு இன்னிக்கு தொறக்கல.நாந்தா கூப்புட்டுட்டு வந்தேன்.எதாச்சும் ஆக்கு.

அவர்கள் நன்றாக நனைந்திருந்தார்கள்.வீட்டிலிருந்த துணிகளைக் கொடுத்தாள்.தலைகளைத் துவட்டிக்கொண்டிருந்தவர்களுக்கு நடுவில் அகன்ற மண் சட்டியில் நெருப்புத் தணல்களைக் கொண்டு வைத்தாள்.அதை விசிறி அவர்கள் சுற்றிலும் சூடு பெற அமர்ந்திருக்கையில், கொதிக்கும் நீரில் மல்லியும்,கருப்பட்டியும் தட்டிப் போட்ட சூடான பானத்தை தந்தாள்.

ரெண்டு நாழியில் சாமைச்சோறும்,காணப் பருப்பு ரசமும் கொதிக்க கொதிக்க பரிமாறினாள்.சுட்ட நத்தைகளை ருசித்தவாறே ரொம்ப நன்றிங்க என்றான் உயரமானவன்.அவர்கள் பேச்சிலிருந்து அவன் தான் அவர்களுக்குத் தலைவன் என்று அறிந்திருந்தாள்.

எங்க சோறு உங்களுக்கெல்லாம் புடிக்குதோ என்னமோ

எங்களுக்கு இதுதாங்க விருந்து .ரொம்ப தேங்க்ஸ்.உடனிருந்தவன் கூற அவளுக்குச்சிரிப்பு வந்தது.

அதன் பிறகு அவர்கள் அடிக்கடி வருமிடமாய் அவள் வீடு மாறியது. அப்பனும் அவர்களுடன் சேர்ந்து இரவுகளில் வெகு நேரம் பேசிக் கொண்டிருக்கும்.அவர்கள் ஒரு பேட்டரி எமர்ஜன்ஸி விளக்கைக் கொண்டு வைத்தனர்.அந்த மெல்லிய ஒளியில் ஆவேசமாக அவன் பேசுவது அவளுக்கு முதலில் அச்சமூட்டுவதாக இருந்தது.அவனை எல்லாரும் மாஸ்டர் என்றழைத்தனர்.இவள் நள்ளிரவுகளில் அவர்களுக்கு தேநீரோ,கோபியோ பாலின்றி

தயாரித்து தருவாள்.அவளுக்கு இவற்றைத் தயாரிக்க மாஸ்டரே கற்றுத் தந்தார்.

மரவள்ளிக் கிழங்குகளைச் சுட்டுத் தருவாள்.

இது நம்ம காலங்காலமா வாழற எடம்.இங்கிருக்கற கிரானைட்டை வெட்டி எடுக்க அவனுங்க சதி செய்யறாங்க. .அரசாங்க அதிகாரிங்களும் இவனுங்க கையில.

இப்படியே மலையை வெட்டினா நம்ம விவசாயம் அழியும். ஏரியெல்லாம் இல்லாம போயிடும்.ஊரையே வளைக்கப் பாக்குறாங்க.

அவள் நிலவொளியில் முகம் முழுக்க கோபத்துடன் பேசிக் கொண்டிருக்கும் அவனையே பார்த்துக் கொண்டிருந்தாள்.அன்று முழு நிலவு, வீட்டின் பின்புறமிருந்த பாறைகளில் அவர்கள் அமர்ந்திருந்தனர்.இப்பொழுது அவர்கள் ஒன்பது பேர்.மற்றொருவன் பேசும்போது இவளைப் பார்க்கிறான்.வா என்று கையை அசைக்கிறான்.

அருகில் சென்றதும் நீ ரொம்ப கேர்புல்லா இருக்கணும். போலீஸ்காரங்க வருவாங்க.எதுவும் தெரியாதுன்னு சொல்லிடு என்றான்.சரியென்று தலையாட்டினாள்.சிரிக்கும்போது இவன் எத்தனை அழகு என்று நினைக்கிறாள்.

காட்டை ஒட்டி ஓடும் சிறிய ஆற்றில் குளித்துவிட்டு தலையை உலர்த்திக் கொண்டு பாறைமீது அவள் அமர்ந்திருந்தபோது காலடி ஓசை கேட்டு திரும்பினாள்.

அவன் தனியாக வந்து கொண்டிருந்தான்.

குளித்து பளபளத்த உடலின் அழகுக் கருமையும்,கூந்தலின் நெளிவும்,எழிலான கண்களும்,கன்னி இதழ்களும் ,அவள் தோள்களும்,விரல்களும் அவனுக்கு அவள் கபடங்களற்ற காட்டோடையாகவே தோன்றினாள்.இக்கானகத்தில் பிறந்து இங்கேயே வளர்ந்து சிறகசைத்து இவ்விடத்தை ரம்யமாக்கும்

பறவைகளில் அவளும் ஒருத்தி என்றே அவனுக்குத் தோன்றியது.

அவன் பார்வையில் தலை குனிந்தாள்.

தனியா என்ன பண்ற

அப்பன் ஆட்டுக்கு போயிடுச்சி

அவள் கைகளில் வைத்திருந்த பொன்மஞ்சள் கொன்றை மலர்க் கொத்தைப் பார்த்து இத என்ன பண்ணப்போற என்றான்.

அவள் நாணிச்சிரித்த கணத்தில் அவன் மனம் அக்காதலை உணர்ந்தது. புதர்களில் மலர்ந்திருந்த ஊதா மலர்களையும், கல்யாண முருங்கை மரத்தின் செந்தூர வண்ணப் பூக்களையும் பறித்துக் கொண்டும், புளியம் பிஞ்சுகளின் புளிப்பைத் தின்று கொண்டும், திராட்சைப் பழங்கள் போல இளஞ்சிவப்பு வண்ணத்தில் பழுத்திருந்த அழிஞ்சிப் பழங்களின் கொழ கொழப்பை சுவைத்துக் கொண்டும் அவள் வீடு வரை இருவரும் உற்சாகமாய் சென்ற அந்த நாள் முதல் அவள் அவனின் உயிரானாள்.

அவளின் உயிர்ப்பும், அசைவுகளும், சுவாசமும் அவனானான்.

அவர்கள் ரகசிய கூட்டங்களிலும், கூடுகைகளிலும் அவள் மௌனமாய் உணவும் நீரும் தந்து உலாவருவாள்.

கோடை மழை நாளொன்றில் அப்பன் காயலாய்ப் படுத்திருந்தான். நள்ளிரவில் நிலைமை மோசமாகவும் அவள்மனம் கலங்கி யாருமில்லையே என அஞ்சினாள். ஊருக்குள் சென்று யாரையாவது கூப்பிடலாமென்றால் மழையும் இருட்டும்.

கையில் டார்ச் விளக்குடன் வந்து கதவைத்தட்டிய அவனைப் பார்த்ததும் கதறினாள். பற்றிய கரங்களிலேயே அவளுக்கு ஆறுதலானான். போலீஸ் பயம் இருந்த போதும் அவள் தகப்பனின் இறுதிச்சடங்குகளை நின்று செய்தான். எல்லாரிடையிலும் அதுவே அவர்கள் உறவின் அங்கீகாரமாகியது.

ஆறு மாதங்களாகியது.அவர்களின் கூட்டங்கள் இப்பொழுது காட்டிலேயே நடக்கிறது.அதிகாரிகளின் பிடிகள் இறுகின.அவனைப் பார்க்கவே முடியவில்லை.

ஓர் அந்திப் பொழுதில் பின்புறமாய் வந்து கதவைத்தட்டினான். காலெங்கும் குருதி.பாறை சரிவுல விழுந்திட்டேன்.

காயங்களைக் கழுவி மஞ்சளும் சில இலைகளையும் அரைத்து வைத்துக் கட்டினாள்.சாப்புட்டீங்களா.

இல்லை என்று தலையசைத்தவன் போகிறேனென்று கிளம்பினான்.

இந்தக் காலோடு போவ முடியாது.சோறாக்குறேன் காலையில போலாம் என்றாள்.இல்ல நீ தனியா இருக்குற....

அவன் கரங்களைப் பற்றி அமரவைத்தாள்.அடுப்பின் செந்தழல் ஒளியில் அவள் சமைப்பதைப் பார்த்தவாறு இருந்தவன் உன்னைப் பாக்கும்போது மட்டும் தான் என் மனசு எல்லாத்தையும் மறந்துடுது என்றான்.அவள் புன்னகைத்தாள்.இரவில் செவ்வொளியில் அவள் சிரித்த அழகு அவனை அழித்தது.வரகரிசிச்சோறும் மல்லித் துவையலும் பறிமாறினாள்.

அவன் படுக்கத் துணி விரித்தவள் முன் புறமிருந்து அகல் விளக்கை எடுத்துவந்து நடுவில் வைத்தாள்.

அகல் விளக்கின் சுடரொளியில் அவள் கண்களும், குழல் பிசிறுகளும், கன்னங்களும்.அதரங்களும் ஒளிர்ந்து அவளைப் பேரழகியாக்கின.

அவன் மனம் முழுவதும் நிறைந்தாள்.அவனின் பார்வைகளே அவளை மலரச்செய்தன.அன்று அவர்களின் சங்கமம் அவர்களின் காதலை,பிரேமையை,அழியாப் பேரன்பை இன்னும் உறுதியாக்கின.

மறுநாள் ஆற்றில் மஞ்சள் உரசிக் குளிக்கையில் புன்னகைத்துக் கொள்கிறாள். அவள் முகம் பூரண அமைதியில்முழு தெய்வீகக் களையில் ஒளிர்ந்தது.

அவன் வரும் நாளை அவள் மனம் உணர்ந்து கொள்ளும்.சமைத்து வைத்துக் காத்திருப்பாள்.சில சமயங்களில் ரகு,முருகவேள் இருவரும் உடன் வருவார்கள்.

தனியே வரும் நாட்களில் மணிக்கணக்கில் அவளிடம் பேசிச் சிரிக்க வைப்பான். கம்பு,சாமை,வரகு,குருதவாலி ஏதாவது ஒன்றை குத்தி சோறாக்கியிருப்பாள்.குப்பைக்கீரை,சிறுகீரையை புளியும் மிளகாயும் பூண்டும் சேர்த்து வணக்கி கடைந்து வைத்திருப்பாள். காணப் பயரைத் துவத்து வறுத்து குழம்பாக்கியிருப்பாள். அரசாணிக்காயோ, சுரைக்காயோ கிடைத்தால் துவரையும் மொச்சையும் சேர்த்து புளித் தீத்து செய்வாள்.மீனோ கருவாடோ கிடைத்தால் குழம்பு வைத்து கெவுறு,கம்பங்களி கிண்டியிருப்பாள். ருசித்து உண்பான். உங்கைப்பக்குவம் யாரிக்குமில்லடீ என அவன் கொஞ்சும் போது பூரிப்பாள்.

அவனை மடியில் சாய்த்து அடர்ந்த கேசத்தை தடவிக் கொண்டே நீங்க எம்மாஞ்சிவப்பு என்பாள்.போடீ கருப்பி என்று சிரிப்பான்.

சில முக்கிய செயல்கள் முடிந்து மனம் முழுதும் கொந்தளிப்புடன் வரும் அவனுக்கு, அவளே இளைப்பாறுதல்.என் எல்லா டென்ஷனும்,கோபமும் உன்னால மட்டும் தான் தீர்க்கமுடியுது என்பான்.அவளும் அவன் இனிய துணையானாள்.

இயக்கத்தில் எல்லாரும் அண்ணி என்று அவளைக் கூப்பிட ஆரம்பித்தனர்.

எங்க வெற்றி கெடச்ச பிறகு சென்னைக்கு உன்னக் கூட்டிட்டுப் போயி கல்யாணம் பண்ணிக்கிறேன் என்றான்.அவளுக்கு அதெல்லாம் பொருட்டாகத் தெரியவில்லை.அவன் நேசம் மட்டுமே போதுமாயிருந்தது.உடல் மனம் உதிரம் எல்லாவற்றிலும் அவனைச் சுமந்து பெருமிதமாய்,பேருவகையாய் வலம் வந்தாள்.

சில மாதங்களில் அடுப்புக் கரியில் போட்டிருந்த கோடுகளை

பார்த்துக் கொண்டே குழப்பமாய் அமர்ந்திருந்தவள், வைதம் பாக்குற வெள்ளச்சி வீட்டுக்குப் போய் வந்தாள்.அவனிடம் சொல்லக்கூட இல்லை.ஓராண்டுக்குப் பின் ஒருநாள் இவள் சோர்ந்து படுத்திருந்த வேளையில் வந்தவன் அறிந்து கொண்டான்.கண்கள் கலங்க ஏன் எங்கிட்ட சொல்லல என்றபோது உங்களுக்கு எவ்வளவோ முக்கிய வேலையெல்லாம் இருக்குது என்றாள்.

அவன் கரங்களைப் பற்றிக் கொண்டவள் உன்ன மாறி செவப்பா புள்ள பெத்துக்க முடியலன்னு மட்டுந்தான் மாமா கஷ்டமா இருக்கு என்றாள்.

இன்னும் கொஞ்சநாள் அப்புறம் நீ ஆசப் படறதெல்லாம் நடக்கும் என்று அணைத்துக் கொண்டான்.

தலைமறைவு வாழ்வு மூன்றாண்டுகள் தொடர்ந்தது.

இயக்கப் பணி ஓய்வு வேளைகளில் இருவரும் கானகத்தைச் சுற்றி வந்தனர். காட்டின் ரகசியங்களை அவனுக்குக் காண்பித்தாள். காட்டின் அடர்ந்த பகுதியில் நெல்லி மரங்களும், ஈட்டிமரங்களும், செம்மரங்களும், புளிய மரங்களும்,நெட்டிலிங்கமும், விளா மரங்களும், காஞ்சிரமும், ஆலமரங்களும் .மூங்கில்களும் செழுமையாய் வளர்ந்திருந்தன. கிளிக் குஞ்சுகளை, பாறை இடுக்குகளில் நண்டுகளை, அரளிப்பூக்களை உவகையாய் சிறுமி போன்று அவனுக்கு காண்பித்தாள்.

விளாங்காய் ஒன்றினை உடைத்து ஓடு நீக்கித் தந்தாள்.சிறிய ஆலமரமொன்றின் விழுதினைப் பற்றி அவள் காற்றில் மிதப்பது போல் ஆடவும் அவன் சிரிக்கிறான். நீயும் ஆடறயா என்றாள்.நீ இன்னமும் குழந்தை தான் என்றான். இருவரும் நீர்மருதத்தின் அடியில் ஓடையில் காலை வைத்தவாறு மணிக்கணக்கில் அமர்ந்திருப்பார்கள். அவன் தன் போராட்டங்கள் பற்றியும், எதிர்காலம் பற்றியும் நிறைய பேசுவான். அவள் அவனையே பார்த்து அவன் ஒவ்வொரு பேச்சையும்,

பாவங்களையும், அசைவுகளையும் மனதில் வரிந்து கொள்வாள். என் மனச முழுசா உங்கிட்ட மட்டும் தான் பேசமுடியுது என்பான்.

கங்கா! நான் சென்னையில லா காலேஜ்ல படிச்சப்பவும்,லண்டன் கேம்பிரிட்ஜ் யுனிவர்சிடிக்கு விசிட்டிங் மாணவனாப் போனப்பவும் எந்த பொண்ணையாவது கல்யாணம் பண்ணிப்பேன்னு எங்க அம்மா நெனைச்சாங்க.

நான் கல்லூரி முழுசிலும் எப்பவும் வலிமையான ஆளுமையாத் தான் இருந்திருக்கேன்.வாலிபால் ஸ்டேட் பிளேயர்.பொண்ணுங்க தானா வந்து எங்கிட்ட பழகுவாங்க.நிறைய வந்திருக்கு.ஆனா எனக்கு ஆர்வமில்ல.உன்னப் பாத்ததும் தான் மனசு மாற ஆரம்பிச்சது.

உலகத்துலயே நான் என்னை மறந்து மனசு நெறஞ்சி இருக்கறது உன் மடியில தான்.எந்த களங்கமுமில்லாத உன் அன்புதான் எனக்கு சோர்ந்து போறப்ப எல்லாம் உயிர் கொடுக்குது.

அவன் பேசப்பேச கண்கள் நனையப் பார்ப்பாள்.அவன் கூறும் இடங்களெல்லாம் அவள் அறியாதவை.அவனின் கல்வியும், திறமைகளும் அவளுக்கு அறிமுகமற்றவை.இந்த காடும்,ஊருமே அவளறிந்த உலகு.ஆனால் அவளின் தூய நேசமே அவனில் காதலை ஒளிரச்செய்தது.

ஒரு முறை மதுரைக்கு சென்று வந்த போது இளமஞ்சளில் பச்சைக் கரையிட்ட சேலை ஒன்றை வாங்கி வந்தான்.அவளுக்கு மூவுலகையுமே தந்தது போல மகிழ்ந்தாள்.

மற்றொரு முறை ஒற்றைக்கல் பதித்த மூக்குத்தி ஒன்றை வாங்கி வந்து அவனே போட்டுவிட்டான்.மூக்குத்தியின் ஒளியில் அவள் முகம் தனிச்சோபையில் சுடர்ந்தது. "அவர்கள் இருவரின் தனி உலகில் அன்பு மட்டுமே இருந்தது." தேவதைகளும், பூக்களும், பறவைகளும், கானகத்தின் உயிர்களும்,சின்னஞ்சிறு செடிகளும்,வேங்கை மலர்களும்,காட்டுவாகை இலைகளும்,பசுங்கொடிகளும்,பசும் இலைப்புழுக்களும்,சிற்றெறும்புகளும்,ஓடி மறையும் மண் வண்ண

பாம்புகளும்,புதர்களில் அலையும் காட்டுக் கோழிகளும்,செந்நிற வரிகளுடைய மரவட்டைகளும்,தத்தும் மணல்நிற தவிட்டுக் குருவிகளும்,மஞ்சளும் சிவப்புமான புளியம்பூக்களும் நிறைந்த உலகமது.

கடும் கோடையில் கிரானைட் மலைகளின் ஆவியில் உடல் வெந்து அவன் வருகையில் கம்பங்கூழும்,புளித்த தயிரிட்ட பழங்கஞ்சியும் வைத்திருப்பாள்.அவனே குளிர்ந்து விடுவான்.

அவர்கள் இயக்கச் செயல்பாடுகள் உச்சம் பெறத் தொடங்கின.

ஒருநாள் இரவு வந்தவன் என் உயிருக்கு போலீசும் குவாரிக் காரனுங்களும் குறி வச்சிட்டாங்க.நீ எதுக்கும் தைரியமா இருக்கணும் என்றபோது அவள் உள்ளம் கலங்க என்னயும் உங்கூட கூட்டிட்டுப் போ மாமா என்று அழுதாள்.

கல்யாணம் பண்ணாம அது முடியாது.இன்னும் பத்து நாளில் ஒரு முற்றுகை இருக்கு.மீடியாவுக்கு தகவல் கொடுத்துட்டோம். அதுக்கப்பறம் நம்ம திருமணம்தான். கவலைப்படாதே என்கிறான்.

மறுநாள் விடைபெற்ற போது திரும்பித்திரும்பி பார்த்தவாரே சென்றான்.

அவர்களின் போராட்டம் பற்றி ஊரில் பல வதந்திகள்.

அவள் கோழிகளுக்கு இரைபோட்டு அவைக் கொத்துவதைப் பார்த்தவாறு அமர்ந்திருந்த ஒரு மாலைவேளையில் முருகன் வந்தான்.

அண்ணி ஒடனே வாங்க .

அவன் கண்கள் கலங்கிச் சிவந்திருந்தன.

என்னாச்சி

அவன் பதிலே கூறவில்லை.உயிர் கலங்க அவன் பின்னே ஓடுகையில் சுடப்பட்டதை முருகன் சொன்னான்.நள்ளிரவில் அவள் வரும்வரை அவன் உயிரிருந்தது.

மாமா அவள் கதறலை உணர்ந்து விழி திறந்தவனால் பேச முடியவில்லை.அவள் மடியிலேயே அவளைப் பார்த்துக் கொண்டே உயிர் பிரிந்தது.

அவள் வனமெங்கும் பிச்சியாக அலைந்தாள். ஓடைக்கரையிலே, ஆலமரத்தடியிலே, புற்றினருகே விடியலில் உச்சிப் பொழுதில், அந்தியில் அவளைப் பலர் பார்த்தனர்.

யாரிடமும் அன்றிலிருந்து அவள் பேசவில்லை.

சில நாட்கள் கழித்து இயக்கத்தோழர்கள் வந்தனர்.ரெண்டு ரவுண்ட் சுட்டுடாங்க அண்ணி.எதிர் பாக்கல.

கடைசி மணித்துளிகளில் அவளைப் பற்றி மட்டுமே பேசியிருக்கிறான்.

அவள நான் பாத்தப்ப பதினாறு வயசு சின்னப் பொண்ணு.எனக்காக அவ வாழ்க்கையை,இளமையை,எதிர்காலத்தை எந்த கேள்வியும் கேட்காம எனக்குத் தந்தா.எனக்கு எல்லாமுமா இருந்தா. அவ ஆசப்பட்ட குழந்தையக் கூடத் தராம ஏமாத்திட்டேன். எத்தனை வலிய எனக்காகத் தாங்கியிருக்கா.லீகலா இருக்கணும்னுதான் அவ பண்ணதுக்கு அமைதியாயிட்டேன்.இப்ப அவளுக்கு எதுவுமே பண்ணாம போறேன் என்று அழுதிருக்கிறான்.

அவள் வயிற்றைப் பிடித்துக் கொண்டு கலங்கினாள்.

இயக்கத்தை அரசு தடை செய்யவும் அவர்கள் கலைந்தனர்.மூன்று மாதங்களில் முருகனைத் திருமணம் செய்து கொள்ள தோழர்கள் கேட்டனர்.

முருகனிடமே அவள் பொறுப்பை அவன் அளித்ததிருந்ததை தோழர்கள் கூறினர்.அவள் மௌனமாய் மறுத்து விட்டாள்.

காடெங்கும் திரிந்தாள்.நரிகளிடமும்,ஓணான்களிடமும்,நெளியும் புழுக்களிடமும்,ஆந்தைகளிடமும் பேசிக்கொண்டிருப்பாள்.வானில் பறக்கும் நாரைகளையும், மடையான்களையும், புறாக்களையும்,

சிட்டுகளையும், பருந்துகளையும் விசாரிப்பாள்.பூவும் பிஞ்சுமாய் நிற்கும் காட்டுவாகை மரத்தையே பார்த்துக் கொண்டிருப்பாள்.தாயின் வயிற்றைப் பற்றிக் கொண்டிருக்கும் குரங்குக்குட்டிகளைக் கொஞ்சுவாள்.பால்குடிக்கும் பசுவின் கன்றைப் பார்த்தவாறு நிற்பாள்.

ஏரிக்கரை நாவல் மரத்திலிருந்து நீலச்சிதறலாய் பறந்து நீரில் மூழ்கும் மீன்கொத்தியிடம், கருவேலமரங்களில் கரண்டி தட்டுவது போல் ஓசையெழுப்பும் மரங்கொத்தியிடம், ஏரி நீரில் மின்னும் வெள்ளி போன்ற சிறுமீன் கூட்டங்களிடம்,ஆழத்தில் சேற்றில் அமிழ்ந்திருக்கும் குரவைகளிடம், தேங்காய் சிரட்டை போன்று நீந்திவரும் ஆமைக்குஞ்சுகளிடம், நீர் பரப்பில் வட்டம் உருவாக்கும் நீர் சிலந்திகளிடம், தலையை மட்டும் காட்டும் தண்ணீர் பாம்புகளிடம், பச்சைத் தவளைகளிடம், ஒளிரும் தலைப்பிரட்டைகளிடம், கரையில் வளர்ந்த அவுரிச்செடிகளிடம், நாணல் புற்களிடம், கழுத்தை நீட்டும் நீர்க்கோழிகளிடம், ஏரி நீரின் தூய்மையைக் காண்பிப்பதுபோல வேராய், கிளையாய் படர்ந்து மிதந்து அவ்விடத்தையே கனவு போலாக்கும் வேலம்பாசிகளிடம் அவன் காதலப்பற்றி பேசிக்கொண்டிருப்பாள்.

அவள் வீடெங்கும் கோழிகளும். குஞ்சுகளும், பூனைக்குட்டிகளும். நாய்க்குட்டிகளும், அணில்களும் நிறைந்திருந்தன. எல்லாவற்றையும் போஷித்தாள்.

இயக்கத்தில் எல்லாரும் திருமணமாகி குடும்பமாயினர்.அவர்கள் வந்து அவன் நினைவுகளைப் பேசும் நாட்களில் தனிமையில் ஓடைக்கரை மணலில் வயிற்றில் அறைந்து கொண்டு கதறுவாள்.உதிரப் பெருக்குகளில் நினைத்து ஏங்கி ஏங்கி உருகுவாள்.இரவுகளில் அகல் விளக்கின் பொன்னொளியையே பார்த்தவாறு அமர்ந்திருப்பாள்.

சில ஆண்டுகளில் அவள் பேச்சு முற்றிலும் தணிந்தது.இயக்கத்தினர் உதவிகளுடன் வாழ்ந்தாலும் யாரிடமும் அவள் பேச எதுவுமில்லை.

அக்கானகத்தின் உயிர்களுக்கும், அவள் வீட்டிலுள்ள ஜீவன்களுக்கும் தாயானாள்.

அவளின் பூனைகளும், நாய்களும் தொடர்ந்து கத்தியதில் ஊரார் வந்து பார்த்த நாளில் மௌனமாய் மறைந்திருந்தாள்.அவன் பெயர் பதிந்திருந்த இடது தோளை மற்ற கரத்தில் தழுவியபடி ஆழ் துயிலில் கலந்திருந்தாள்

ஸ்பென்சர்

உயிர் போய்டுமா? புதுசா மருந்தெல்லாம் குடுத்து டெஸ்ட் பண்ணுவாங்களாமே! எலி கொரங்குக்கெல்லாம் பண்றாப்புல.

''என்னன்னே புரியல. கையெழுத்துப் போட்டு தரச்சொல்றான். ஒரு ரூபா தருவாங்களாம். பணம் வேணாண்ணு சொல்லிட்டேன்.''

அவனுக்கு எல்லாமே செய்யணுமே.எதுவும் செஞ்சுக்க முடியாதே.

ஆஸ்பிட்டல் தான? அவுங்களுக்குத் தெரியாதா??

காற்றில் சலசலக்கும் தூங்கு மூஞ்சி மரக்காய்களின் சப்தம், மைனாக்களின் சிறகசைவுகள், பாதி பழுத்த பப்பாளிப்பழத்தின் மஞ்சளைக் கொத்தும் காக்கையின் கரும் அலகு என பதினோரு மணிக்காலையின் சோம்பலைப் பார்த்துக் கொண்டே துணிகளுக்கு சோப்பு போட்டுக்கும்முகிறாள் மரியா. சோப்புக் குமிழ்கள் வண்ணங்களைச் சிதறடிக்கின்றன.

''என்னா சொன்னான்? முடிவு பண்ணிட்டீங்களா'' கிழவி வந்து பலாமரத்தடியிலிருந்த கருங்கல்லில் அமர்ந்து கேட்கிறாள்.

''இல்ல மத்தியானம் வருவாரு ... என்னன்னே புரியல

'' எவ வச்ச சாபமோ என் வூட்டுல வந்து பொறந்துச்சே. ஏசப்பா

மரியா மகனே...'' காயவைத்திருந்த புளியம்பழங்களை எடுத்து கல்லில் வைத்து சுத்தியலால் தட்டிக்கொண்டே புலம்பத் தொடங்குகிறாள் கிழவி. வழக்கமாய் அவளை அதட்டும் மரியா எதுவும் சொல்லாமல் துணிகளைப் பிழிகிறாள்.

''ம்ம்ம்ம்''. உள்ளிருந்து சத்தம்.''இதோ வரேன்.''

சிவப்பு சிமெண்ட் படிகளைத் தாண்டி வீட்டிற்குள் நுழைகிறாள். வெளியிலிருந்து வந்ததில் சட்டென கண் இருள்கிறது.

'' திண்ணையில படுக்க வைக்கட்டுமா''

'' ம் ம் ம்...''

கழுத்துடன் தோளைச்சேர்த்து ஒரு கையிலும் முட்டிக்கால்களைச் சேர்த்து மறுகையிலுமாக அவனைத் தூக்குகிறாள்.ஒரு கணம் மூச்சு இழுத்து குறுக்குத் தெரிக்கிறது. வெளியில் தூக்கிவந்து திண்ணையில் படுக்கவைத்து பக்கத்தில் தலையணையை அண்டக் கொடுக்கிறாள். அவளைப் பார்த்து சிரிக்கிறான். வெண்ணிற சர்க்கரைப் படிகங்கள் போன்ற பற்கள் ஒளிர கன்னங்கள் குழிகின்றன. ''நல்ல அதிர்ஷ்டந்தான்'' சலித்துக் கொள்கிறாள்.

''பென்சரு வந்துடிச்சா... பதினோரு மணி ஆவிட்டிருக்கும் சொல்லிக் கொண்டே திண்ணைக்கு பக்கத்திலிருந்த இரட்டை அசோக மரங்களின் கீழே அமர்கிறாள் ரஞ்சனி. அவள் கைகளில் காய்ந்த தென்னங்கீற்றுகள்..

அவள் சிறு கத்தியால் கீற்றுகளைச் சீவி குச்சிகளை அடுக்குவதைப் பார்க்கிறான் பென்சரு என்று அவர்களால் அழைக்கப்படும் ஸ்பென்சர்.

''அவனுக்கு எல்லாம் கரெக்டான நேரத்துக்கு செய்யணும். எப்பிடித்தான் டைம் தெரியுதோ ? முறத்திலிருந்த முருங்கைக் கீரைகளை உருவியவாறு சொல்கிறாள் மரியா. இவர்கள் பேச்சுகளைக் கேட்டுச் சிரித்தவாறு படுத்திருக்கிறான் ஸ்பென்சர்..

அவன் மீதமர்ந்த ஈக்களை விரட்டியவாறு அவனைப் பார்க்கிறாள். குட்டையாக வெட்டப்பட்ட சிகை அடர்ந்து காதோரங்களில் இறங்குகிறது. சற்றே மெலிந்த கைகள். நீண்ட கால்களில் ஒன்று பாதங்களில் லேசாக வளைந்திருக்கிறது. பதினாறு வயதிற்கு அதிக வளர்த்தி. கம்பளிப்புழுக்கள் போல ரோமம் அடர்ந்த புருவங்கள். உலகின் நேசமனைத்தையும் வெளிப்படுத்தி விடக்கூடிய கருணை ததும்பும் விழிகள். விடைத்த கூர் நாசிகள். காண்போரை ஈர்க்கும் புன்னகை நிறைந்த வளைந்த உதடுகள் . மேலுதடுகளில் இப்பொழுதே கருமை படர்கிறது. '' அவன் அப்பனாட்டம் இப்பவே மீசை வருது பாத்தியா. பெரிய ஆம்பளதான்'' கிழவி சமயங்களில் மெச்சிக் கொள்வாள்.

போனவாரம் மெட்ராஸ் ஆஸ்பத்திரியில் வேலைபார்க்கும் குணா வந்து ஆபிரகாமிடம் '' அண்ணா இப்பிடியே அவனை எவ்ளோ நாள் வச்சிருக்கப் போறீங்க..எப்சியைப் பாக்க வந்தவங்க சொன்னதைக் கேட்டீங்க தான, மத்த ரெண்டு கொழந்தைங்களையும் நெனச்சிப் பாருங்க.. நான் சொல்றபடி கேளுங்க. எங்க ஆஸ்பத்திரிக்கு தந்திடுங்க. அங்க டீச் பண்ண தேவைப்படும். ரிசர்ச் மெடிசன்ஸ் குடுத்து ட்ரையல் பார்க்க யூஸ் பண்ணிக்குவாங்க.. பணமும் வாங்கித் தரேன்''என்று கேட்டான்.

முடியவே முடியாதென்று மறுத்து விட்டான் ஆபிரகாம். வீட்டிற்கு வந்து மகனைப் பார்த்ததும் கண்கள் கலங்குகின்றன. மரியாவிடமும் கிழவியிடமும் இரண்டு நாட்கள் கழித்தே சொல்லுகிறான். தனித்தனியே மௌனமாய் அழுது கொண்டிருக்கிறார்கள்.

மரியாவின் குமுறல்கள் பொங்கிப் பெருகுகின்றன. காலம் முழுக்க அவனைச் சுமந்து வந்தது வீணா..?

ஆண்பிள்ளையாய் அவன் பிறந்த மகிழ்வு. அழகு கருப்பாய் தகப்பனைப் போன்ற அடர் சிகையும் உயரமும், அவளைப் போன்ற

சுடரும் விழிகளும், குழிவிழும் கன்னங்களுமாய் அவனைக் கையில் ஏந்திய பூரிப்பு..

கிறிஸ்துமசுக்குத் துணி எடுக்கையில் போலீஸ் ட்ரெஸ்தான் வேண்டுமென அடம் பிடித்து தொப்பியும் கையில் லத்தியுமாய்

காலாட் படையில் நானிருக்க மாட்டேன்

நான் ஏசுவின் படைவீரன்

என்று அவன் பாடி நடக்கையில் உளம் பொங்க பார்த்திருந்த தாய்மை..

''ஏசு அழைக்கிறாருன்னா போங்களேன். அதைஏன்பாடறீங்க'' என்று அவன் அத்தையைக் கேட்டபோது ஆவிஅணைத்து முத்தமிட்ட பெருமிதம்.

காய்ச்சலென்று படுத்த பிள்ளை., பத்து நாள் தொடரவும் மருத்துவமனை ஊசி ட்ரீட்மென்ட் அலைச்சல்.

சென்னை, வேலூர் ,மருந்து, ஊசி, ஸ்கேன் .டெஸ்ட் ம

என்ஸெபலைட்டிஸ், மெனின்ஜைட்டிஸ், மூளைக்காய்ச்சல் என்னென்னவோ கூறினார்கள். ஆபரேசன் ,பிசியோதெரப்பி

சிகிச்சைகள் கண்ணீர்கள், பொருத்தனைகள், பிரார்த்தனைகள் எல்லா மனித முயற்சிகளிலும் கைவிடப்பட்டு படுக்கையில் பன்னிரண்டாண்டுகளாய் இருக்கிறான். உடலில் எந்த வேலையும் செய்ய இயலாது. மூளை அறிவு வளர்ச்சி எல்லாம் மிகச் சரியாக இருக்கிறது. தண்ணீர் வேண்டுமென்றாலும் கூட, யாராவது தான் கொடுக்க. வேண்டும்..பேச்சும் இல்லை,..ஜெபங்கள் விண்ணப்பங்கள் விசுவாசங்கள் என்று இறைவனைக் கேட்கிறார்கள்.

பன்னிரண்டாண்டுகளாய் பெதஸ்தா குளத்தருகே அவன் படுக்கையில் படுத்திருக்கிறான். எந்த தேவதூதனும் இறங்கி வந்து தண்ணீரைக் கலக்கவில்லை.

வேளாங்கண்ணிக்கு நடந்து வரேன்னுவேண்டிக்க. சித்தூர்ல நாட்டு வைத்தியம் பாக்குறாங்க. சாரப்பாம்பு எண்ணெய உருவி விட்டா நடந்திடுவான், பெங்களூர்ல காந்த சிகிச்சை தராங்க, மேக்னட் வச்சி ரெண்டு காலும் நடக்காத ஒரு அம்மாவுக்கு சரியாயிடுச்சி. மருதூர்ல இருக்குற சாமியாரு... நாகூர் தர்காவுல சரியாயிடும்., கேரளாவுல மண்ணுல நாள் பூரா ஒக்கார வச்சி எண்ணத்தடவி சரி பண்ணிடறாங்க. எழுப்புதல் கூட்டங்கள். சுகமளிக்கும் பிரார்த்தனைகள். அக்குபஞ்சர்ல ஊசி குத்துனா சரியாயிடும். சித்த மருத்துவம், ஆயுர்வேதம், சோசியங்கள், ஆருடங்கள், கணிகாரர்கள்,.,தேவ ஊழியர்கள்., இயற்கை மருத்துவர்கள், பழம் மட்டுமே சாப்பிடக் குடுங்க. எத்தனை எத்தனை ஆலோசனைகள்...பரிகாரங்கள்.. வழிகாட்டுதல்கள்... எல்லா இடங்களுக்கும் அவனைச் சுமந்து அலைந்தார்கள்.எதற்கும் இளகாத கரும்பாறையல்லவா வாழ்வு.

ஆனாலும் ''இன்னும் அவள் மனதில் நம்பிக்கை ஒளிந்திருக்கிறது..''

ஆண்டவரே என்னைக்காவது எம்புள்ள எழுந்து வந்து 'அம்மா எனக்கு பசிக்குதுன்னு சொல்லிடுவான்' என்றே அவள் மனம் நம்புகிறது.

''மரியா இந்த மாறி பீத்துணியெல்லாம் இங்க கொழாயில அலசாத. நாங்கல்லாம் தண்ணி புடிக்க வேணாமா...''

''உம்மகன திண்ணயில படுக்க வைக்காத. காலங்காத்தால வேலைக்குப் போகயில பாத்துட்டு போனா என்னமோ மாதிரி இருக்கு.,இம்சைங்க'' பழைய வீட்டில் அக்கம்பக்கத்தில் உள்ளவர்கள் முகம் சுழிக்கவும் ''நாம ஒரு வீடு கட்டணும்'' என்று ஆபிரகாமிடம் சொன்னதுக்கு பாக்கலாம்... இப்பவே நெறய கடன் வாங்கியிருக்கேன் என்றுவிட்டான். அதன்பிறகு இது இரண்டாவது வீடு. மாறிக்கொண்டே இருக்கிறார்கள்.

''சின்ன பையனாய் இருந்தபோது வேலைக்கு ஆள் கிடைத்தது. அவன் வளர வளர அதுவே பெருங்கவலையாய் ஆனது.'' ''அக்கா

எல்லாம் நீங்களே செஞ்சிட்டுப் போகணும். நான் பாத்துக்க காவலுக்கு மட்டுந்தான். தண்ணி மட்டுந்தான் குடுப்பேன். சோறெல்லாம் ஊட்ட முடியாது.'' பத்மாவின் கண்டிஷன்கள். பணத்தை கணக்கு பார்க்காமல் கொடுத்தாலும் பாதி நாள் வேலைக்கு லீவ் போட வேண்டி இருந்தது.

''மரியா நீ அப்புடி போனதும் படுத்து தூங்கறா. பென்சரு தண்ணி வேணும்னு சத்தங்குடுத்தாகூடத் திட்டறா. ஒண்ணுக்கு போயிடுச்சின்னு கைய ஓங்கறா...'' பக்கத்து வீட்டு ரஞ்சனி சொல்லவும் மனங்கசந்து அழத்தான் முடிந்தது. ஆபீசில் வீட்டு நினைவுடனேதான் இருக்க முடிந்தது.

வேலையிலிருந்து திரும்பிய ஒரு சாயங்காலம் படுக்கையெங்கும் மலமும் மூத்திரமுமாய் அவன் படுத்துக் கிடந்தான்.

''என்னால இதெல்லாம் செய்ய முடியாதுக்கா. மத்தியானத்துல இருந்து வெளியிலயே உக்காந்துட்டிருந்தேன்.''

நான்கு மணி நேரம் குழந்தை இப்படியே படுத்திருந்தான் என்ற போதுதான் வேலையை விட்டாள். ''நம்ம புள்ளைக்கு நாமதான் அக்கறயா செய்ய முடியும். நீ வீட்ல இருந்து பாத்துக்கோ. நான் எப்படியாவது சமாளிக்கறேன்'' ஆபிரகாம் சொல்லிவிட்டான். ஆனால் பணத்தேவைகளைச் சமாளிக்க முடியவில்லை. மூத்தவள் காலேஜ் வந்துவிட்டாள். சின்னது இரண்டுக்கும் ஸ்கூல் பீஸ், வீட்டுச் செலவுகள் என்று கடன் ஏறியது.

அவனைச் சுமையாக அந்த வீடு எண்ணியதில்லை. எபனும், பியூலாவும் ஸ்பென்சர் அண்ணன் என்று விடுமுறைகளில் அவனையேச் சுற்றி வருவார்கள். அதுகள் சாப்பிடும் புளியம்பிஞ்சையும், அழிஞ்சப் பழத்தையும் அவன் வாயில் கொண்டு தருவார்கள். குடும்ப ஜெபத்தில் ஏசப்பா எங்க அண்ணன் நல்லாயிடணும்னு முழங்காலில் வேண்டுவார்கள். எப்சியும்

அப்படித்தான். அவனுக்கு பைபிள், சிறுவர் மலர் கதையெல்லாம் வாசித்துக் காட்டுவாள்.மரியா எங்காயாவது அவசரத்துக்குப் போகயில ஸ்பென்சர பாத்துக்கிட்டு சோறு ஊட்டி ,துணி மாத்தி எல்லாம் பண்ணுவா. குடும்பத்தில் எல்லாரும் அவனை நேசித்தார்கள். ஆனால் பிறரின் அனுதாபங்கள், ஏளனங்கள், எக்கலிப்புகள் மனதை வருத்தின. எப்படியாவது அற்புதம் நடந்து அவன் எழும்பி நடந்து விட மாட்டானா என்று அவர்களை ஏங்க வைத்தது.

‘‘காஞ்சிவரத்துல சித்த வைத்யம் பாக்கறாங்க. நேர்ல கூட்டிட்டுப் போனாதான் மருந்து தருவாங்களாம்’’ கவிதாக்கா சொன்னார்கள் என்று அவனைக் கூட்டிச் சென்றார்கள். பஸ்ஸில் எப்படியோ இரண்டு பேரும் கஷ்டப்பட்டுத் தூக்கி ஏற்றி விட்டார்கள். சீட்டில் அவள் ஒரு பக்கம், ஆபிரகாம் ஒரு பக்கமாக அமர்ந்து அவனைப் பிடித்துக் கொண்டார்கள். சிரித்தவாறே ஜன்னலுக்கு வெளியே பார்த்துக் கொண்டே வந்தான். வளவனூர்ல இறங்கும்போது எல்லாரும் பார்ப்பது சங்கடமாயிருந்தது. அடுத்த பஸ் வர அரைமணி ஆகும்னு அவளை நிழற்குடையில் உட்காரவைத்து விட்டு ஆபிரகாம் போய்விட்டான். முழு பேண்ட் போட்டு ஸ்பென்சரை மடியில் அமரவைத்து உட்கார்ந்திருந்தவளை எல்லாரும் விநோதமாய் பார்த்தார்கள். கிழவி ஒருத்தி வந்து ‘‘நடக்காதா யம்மா?’’ என்கிறாள். ஆமென்று தலையசைக்கிறாள்.

அங்கிருக்கும் டீக்கடை பாய் ‘‘டீ வேணுமாம்மா ?எவ்ளோ நேரம் மடியிலயே வச்சிருப்ப. என்ன வயசாகுது’’என்று விசாரிக்கிறார்.

பதினைஞ்சு வயசு’’

பொறப்புலயே இப்படியா? பாசி மணிகளைக் கையில் தொங்கவிட்டிருந்த குருவிக்காரி கேட்கிறாள்.

‘‘இல்ல நல்லாத்தான் பொறந்தான். நாலு வயிசுல ஜொரம் வந்து இப்பிடி ஆயிடுச்சி.’’

சரியாயிடும்மா. வெசனப்படாத... ஆறுதல்கள், பரிதாபப் பார்வைகள், எந்தக் குடியக் கெடுத்தாளோ எனக் குற்றஞ்சாட்டும் பாவனைகள், ஐயோ பாவம் என்ற கருணைகள்... சீக்கிரம் பஸ் வராதா என்று வேண்டுகிறாள். சுற்றி நின்று வேடிக்கை பார்க்கும் எல்லாரையும் பார்த்து கன்னங்கள் குழிய சிரிக்கிறான் ஸ்பென்சர்.

இப்படி காட்சிப் பொருளாய், விநோதமாய் நடு பஸ் ஸ்டாண்டில் தானும் தன் மகனும் அமர்ந்திருக்க வைத்த விதியை சபிக்கிறாள்.நீ தெய்வமா? கருணையுள்ளவனா? வீசும் காற்றில் சுழன்றெழும் புழுதியுடன் கண்களைச் சேர்த்து துடைத்துக் கொள்கிறாள்.

அந்நிகழ்வுக்குப் பின் அவனை வெளியில் தூக்கிச்செல்ல நிறையவே யோசிக்கிறாள். பன்னிரண்டாண்டுகளாய் இடுப்பில் சுமந்த காலம் முதல் மடியில் அமர்த்தி வைக்க முடிந்தவரை அவனைச் சுமந்து அவர்கள் செல்லாத இடங்களில்லை. கைகாலுக்கு பயிற்சி என்று பதினைந்து நாட்கள் சித்தூரில் தங்கிகூட சிகிச்சை செய்தாயிற்று. எங்கும் குணமாகவில்லை. சிறு பிள்ளையாய் இருந்தபோது இடுப்பில் சுமந்து எங்கும் செல்வாள்.வளர வளர அதுவே பெருஞ்சுமையாய் மாறுகிறது... விசாரணைகள் விளக்கங்கள் ஆலோசனைகள்...

டிவியில் கிறிஸ்தவ நிகழ்ச்சிகளை ஆவலுடன் மகன் பார்ப்பதைக் காண்கையில் அவள் உள்ளம் கசியும். எம்மகன் நடக்க. எவ்ளோ ஆசப்படறான். மாதாவே நீயும் ஒரு பொம்பளதான? எம்புள்ள மேல இரங்கமாட்டியா.,?

யாரோ சொன்னார்கள் என்று வேப்பிலை கட்டி வைத்தீஸ்வரிக்கு கூழ் ஊற்றினாள். அவள் சென்றறியா கோயில்களில் ஏகாம்பரேஸ் வரனையும், அண்ணாமலையாரையும், விக்னேஸ் வரனையும், சுப்ரமணியனையும், முப்பாத்தம்மனையும் கண்டு இறைஞ்சினாள். துலுக்கானத்தம்மனுக்கு நேர்ந்து கொண்டாள்.

விஷாரத்துல பள்ளிவாசலுக்கு அவனைத் தூக்கிச்சென்று ஓதினாள்., எந்த தெய்வமாவது இரங்காதா...

கற்சாடியிலுள்ள தண்ணீர் திராட்ச ரசமாவதும், நாக்கிலே காளி எழுதுவதும், செங்கடல் இரண்டாய் பிளப்பதும், தூணைப் பிளந்து நரசிம்மம் எழுவதும், முடவன் எழுந்து நடப்பதும், திக்கற்றவளுக்கு நிறை சபையிலே ஆடை அளிப்பதும், பட்டுப்போன அத்திமரம் தளிர்ப்பதும், மரித்தவன் கல்லறையினின்று உயிர்த்தெழுவதும் ம. தேவதைக் கதைகளில் தான்.

நிஜம், யதார்த்தம் என்பது நிணமும் குருதியுமாய், குத்தும் ரணமாய் கண்முன்னே நிற்கிறது. ஸ்பென்சராய் படுக்கையில் படுத்திருக்கிறது. மரியாவின் விதியிலே வந்து எழுதியிருக்கிறது. அவள் சுமக்கும் சிலுவையும், மகனின் துயரங்களின் முட்கிரீடமும் அழுத்தும் பாதை எங்கே முடியும்.?

உள்ளங்கைகளில் ஓங்கி அறையப்பட்ட பெரிய ஆணியில் தொங்கும் சரீரத்தின் பாரத்தையும், விலாவில் குத்திய ஈட்டியின் கூர்மையையும் , பொங்கும் குருதியின் செந்நீரின் பாடுகளையும் கடவுளின் மைந்தன் அனுபவித்ததே மூன்று மணிநேரங்கள்தான். இவள் பன்னிரண்டாண்டுகளாய் துளித்துளியாய் பெருகும் ரணமாய், கண்ணீரின் பெருந்துளியாய் மகனைச் சுமந்து கற்களும் முரடுகளும் நிறைந்த கொல்கதா மலையின் மேட்டில் ஏறிக் கொண்டிருக்கிறாள். எந்த தேவதூதன் அவளுக்காய் சிலுவையில் மரிப்பான்?..

ஒரு பெண்ணாய், தாயாய், மனைவியாய் தன் உணர்வுகளை தேவைகளை வலிகளைப் பற்றியெல்லாம் அவள் என்றும் சிந்தித்ததேயில்லை.. மகனுக்கென பார்த்துப் பார்த்து அவள் செய்கையில் எல்லோரும் விந்தையாய் நோக்குகிறார்கள். கைவிரல்கள் சோர்ந்து கால்கள் பலமின்றித் தளர அவனை படுக்கைக்கும் திண்ணைக்குமாய் சுமக்கிறாள். இரவுகளில் ஒரு

பக்கம் திரும்பினால் மாறிப் படுக்க அவனுக்கு முடியாது.அவள் அசந்து உறங்கி மாமாங்கமாகிறது. நடுநடுவே எழும்பி அவனைத் திருப்பிப் போட்டு தலையணையைச் சரி செய்வாள். மின்விசிறியின் சப்தத்தில் உறங்கும் மகனின் முகத்தையே பார்த்தவாறு அமர்ந்தே அவள் இரவுகள் கரைகின்றன.

சோறு ஊட்டி, குளிக்க வைத்து, பீ மூத்திரம் எல்லாம் அவள் தான் அள்ள வேண்டும். அவள் சுழற்சியே அவன் தேவைகளை மையமாகக் கொண்டதே.

அவள் உடலும் மனமும் சோர்ந்து வேதனையில் என்றாவது அவனைத் திட்டும் போதும் அவன் சிரிக்கவே செய்கிறான். வாழ்வின் அழகியல் முரணாய் ஒரு ஞானியின் கண்களைப் போன்ற தெளிவான அவன் பார்வைகளே அவளுக்கு ஆறுதல்கள். அவனுக்குத் தெரியாதா? அத்தாயின் மனது..

"உனக்கும் எனக்கும் என்ன விதிடா ஸ்பென்சர்?" என்று அவனிடமே அவள் முறையிடுகையில், முடிந்த அளவு அசைக்க முடியா தன் கையைத் தூக்கி அவளைத் தொட்டுச் சிரிப்பான். அவனுக்கு உடலியக்கம் மட்டுந்தான் முடியாதது. மனமும் மூளையும் நன்றாகவே இருந்தன.தன் தாயின் வேதனைகளை உணர்ந்தே அவளுக்குத் தோழனாய் தகப்பனாய் தெய்வமாய் மூத்த சகோதரனாய் தமையனாய் தன் பார்வையிலும் சிரிப்பிலும் அவளை உயிர்ப்புடன் வைத்திருக்கிறான்.அவர்கள் இருவருக்குமான புரிதல்கள் உலகில் எவரும் அறியாதது. கணவனுடனான சண்டைகளை, மற்ற பிள்ளைகள் பற்றிய கனவுகளை, உறவுகளின் விவகாரங்களை அவன் தலைமாட்டில் அமர்ந்து முணுமுணுவென சொல்லிக் கொண்டிருப்பாள்.அவளுக்கு புலம்புவதற்கும் புன்னகைப்பதற்கும் அவன் தானே. தன் மௌனத்திலேயே அவளுக்கு எல்லா ஆறுதல்களையும் தந்துவிடுவான்.

‘‘வீட்டின் பண்டிகைகளும் அவன் வசதிக்கே செய்வார்கள்.’’ மரியா கடன் வாங்கியாச்சும் ஸ்பென்சருக்கு கோட் வாங்கி போட்டுடுவா.. கிறிஸ்மஸ் ஸ்டாரும் குடிலும் உங்க வீட்லதான் நல்லாயிருக்கு...’’ அம்பிகா மாமி எப்பவும் சொல்லுவாள்.

படுக்கையில் இருந்தாலும் கிறிஸ்துமசும் விளக்குகளும் அவனை உற்சாகமூட்டும் என்றே அவர்கள் கொண்டாடுவார்கள்.பிள்ளைகள் ஓடி ஆடுவதையும், அவர்களின் கொண்டாட்டங்களையும் ஸ்பென்சர் உற்சாகச் சிரிப்பும் துள்ளலுமாய் ரசிப்பான்.

எல்லா வைத்தியங்களும் கைவிட்ட பின் அவன் இப்படியே இருக்கட்டும் என்று இருக்கிறார்கள்.

குளிர் அதிகமான நாட்களிலும்,அமாவாசை போன்ற நிறைந்த நாட்களிலும் சில வேளைகளில் ஃபிட்ஸ் வரும்.கைகளும் கால்களும் இழுத்து இழுத்து வாய் கோணி அவன் விநோத சப்தம் எழுப்புகையில் உளம் வேகும்.இழுப்பு நின்று அவன் சோர்ந்து கண் சொருகுகையில் அக்னியில் புரட்டப்படுவாள். சில நாட்கள் தொடர்ந்து பிட்ஸ் வந்து ,காம்போஸ் மாத்திரைக்கும் கட்டுப்படாமல் அவன் வதைபடுகையில் ‘‘ஆண்டவரே எம் பிள்ளையை ஏன் இப்படி இம்சிக்கற..அவன் இதுக்கு செத்துடலாமே’’ என்று ஆக்ரோஷமாவாள்.அவன் சரியாகி புன்னகைக்கையில் இப்படி நெனைச்சிட்டேனே என்று பதறுவாள்.

போன மாசம் எப்சிக்கு மாப்பிள்ளை வீட்டார் வந்தபோதுதான் தொடங்கியது. சேலத்திலிருந்து வந்திருந்தார்கள்.பையன் வேலை படிப்பு எல்லாம் நன்றாகவே இருந்தது.வந்தவர்கள் எப்சியைப் பார்த்துவிட்டு தனியாகக் கூப்பிட்டு ‘‘ஸாரிங்க பொண்ண எங்களுக்குப் பிடிச்சிருக்கு.ஆனா இந்த பையன் இப்பிடி படுக்கையில படுத்திருக்கறது எங்களுக்கு என்னமோ மாதிரி இருக்கு.மனசுக்கு ஏத்துக்கல.’’என்று சென்று விட்டனர்.

‘‘கிழவி ஏசினாள்’’பொண்ணக்கட்டினு போக வேண்டியது தான.அவன் படுத்துகினு இருந்தா இவுங்களுக்கென்னாவாம்?

குணா வந்து சென்றதிலிருந்தே மரியா குமுறிக் கொண்டிருக்கிறாள். என்ன பாவம் செய்தாளோ எனக் கேட்டவர்களுக்கெல்லாம் பதில் சொல்லவே முடியாதா. அம்மா எனக் கன்றுக்குட்டியாய் நோக்கும் என் மகனின் பார்வைகளுக்கு பலனே இல்லையா. இரக்கம், கருணை, மானுடம் பரிவு எதுவுமே தெய்வங்களுக்கு இல்லையா.

''ரொம்ப யோசிக்காதீங்க. இன்னும் எவ்வளவு நாள்தான் உங்களால பார்க்க முடியும்? மரியா உனக்கு வயசானா யார் அவனுக்கு செய்யறது. நீங்க எந்த பாவமும் பண்ணல.கடவுள் காட்டின வழின்னு ஒத்துக்கோங்க'' வயலட் அண்ணி வந்து சொன்னபோது மறுத்துப் பேச முடியவில்லை.

நீண்ட நேரம் யோசித்து விட்டு ஆபிரகாம், '' சரின்னு சொல்லிடலாமா?'' என்ற போது தலையசைத்து விட்டாள்.

எப்படி அவனிடம் சொல்லிப் புரியவைப்பது என்று இருவருக்கும் யோசனையாய் இருந்தது. குணா, வயலட் என்று ஒவ்வொருவராய் வருவதையும் பேசுவதையும் ஸ்பென்சர் கவனித்துக் கொண்டேயிருந்தான்.

மரியாவிற்கு கலங்கியது.''இவனுக்கு எல்லாமே புரியுமே, என்ன செய்வேன் ஏசப்பா'' என வேண்டுகிறாள்.

இரண்டு நாளில் ஆம்புலன்சில் வைத்து கூட்டிப் போகிறேன் என்று சொல்லிச் சென்றான் குணா.

''நேத்தே இந்தப்பையன் சரியா சாப்புடல. ஏழு மணி வரைக்கும் தூங்கறானே காப்பி கூட குடிக்காம. ஸ்பென்சர் எழுந்திரேண்டா...

அவள் எழுப்பிய குரலுக்கு அன்று ''ம்ம்ம்'' என்று அவன் பதிலே அளிக்கவில்லை..

இனி எப்போதும்

தேன்

உயர்ந்து வளர்ந்திருந்த மூங்கில் புதரின் மேலெல்லாம் பனித்துளிகள். ஜவ்வாது மலையின் மடியினில் இருந்த அவ்விடத்துக்குக் காலையிலேயே வந்து விட்டார்கள் கோயிந்தனும், அனுமனும்.

அவ்விடத்தின் தனிமையை இன்னும் அதிகமாக்குவது போல இருந்த மஞ்சம்புல் குடிசையின் அருகில் போகிறார்கள்.வீட்டைச் சுற்றிலும் மஞ்சள் காடாய்ப் பூத்திருக்கின்றன எள்ளுச்செடிகள்.

''வாடா மனா கோரு.ரவ கூள்த்தண்ணி வாத்துக்கறயா''

காட்டுவாளக்கெளவி கேக்குறா.

''வாணாம் ஆசா,சீயன் எங்க பூடுச்சி?''

''எங்க பூடுவான் கையில தழைய வச்சி கசக்கினு கடப்பான். மாங்கா மரத்தான்ட பாரு.''

செண்டுமல்லிப் பூச்செடிகளையும்,கிழவி சாம்பலில் துலக்கி பள பளவென வேலிக்குச்சிகளில் மாட்டியிருந்த ஏனங்களையும் தாண்டிப் போகிறார்கள்.

கெவுறுக் கொல்லை மூலையில் மண் சிலும்பியை இழுத்தவாறு காலை வெய்யிலில் சுகமாய்க் குந்தியிருந்தனர் பீமக்கவுண்டனும், சின்னப்பையனும்...

"சீயா தேன் காட்டுக்கு இட்னு போறன்னு சொன்னியே? கோயிந்தன் கேட்கிறான்.

பீமனின் கண்கள் கோவம்பழமாய்ச் சிவந்துள்ளன. கலைந்த மஞ்சு போன்றத் தாடியைத் தடவிக்கொண்டே இருமியவாறு,"

"இஸ்கோலு இல்லியா மனா? ரீவா?" என்கிறான்.

"ஆமா"

"இரு. அய்த்த சோறாக்கியிருப்பா துண்ணுட்டு போலாம்."

"நா போறன் மசான். ஆட்ட இட்னு பூட்டு அந்திரிக்கு வரேன். பழனி தழை எடுத்தாருவான் கொணாறேன்."

சின்னப்பையன் விடைபெறுகிறான்.

கொய்யாக் கப்பு வேலிப்படப்பைத் தாண்டி இவர்கள் வருவதைப் பார்த்த கெழவி,

"தொளசி சோத்த எடுத்தா" என்று குரல் கொடுக்கிறாள். அய்த்த போட்ட சாம சோத்தையும், எக்கிரி சாற்றையும் ருசித்து உண்கின்றனர். தொட்டுக்கொள்ள புளியம்பிஞ்சும், ஊசி மொளகாயும் வச்சி கல்உப்பு சேத்தரச்ச ஊறகாய வைத்தாள் அய்த்த. மண்டை வரை உரைக்கும் அந்த புளிப்பும், காரமும் இவர்களுக்கு அமுதாய்இருக்கு.

மூவரும் நெல்லிவாசல் காட்டைத் தாண்டி உள்ளே செல்கின்றனர். பெரிய எட்டிமரங்களும், தூங்கு மூஞ்சி மரங்களும் பசுங்கொடிகளால் மூடப்பட்டுள்ளன. எருக்கம்புதர்களும், காட்டாமணக்குச் செடிகளும் அடர்ந்துள்ளன. ரண்டானாப்புதர்களில மலர்ந்துள்ள சிவப்புப் பூக்களை மட்டும் பறித்து, செண்டு செய்தவாறு செல்கிறான் கோயிந்தன்.

''நான் சின்னசா கடக்கயில இங்கல்லாம் சந்தன மரமா இருக்கும்.இந்த எடத்துலயே தேனீங்க ரும்னு பறக்கற சத்தம் கேக்கும்'' பீமன் சொல்கிறான்.

பாட்டனுக்கு எழுவது வயசுக்கு மேல இருக்கும்.கதையெல்லாம் அவன் வாலிப வயசுலயேத் தொடங்கும்.கெட்ட வார்த்தைகள் வரிக்கு ஒருக்கா வரும்.அவன் மகள் வழிப்பேரன்களான இவர்களைக் கொஞ்சறதே... மகனுங்களே, எங்கண்ணுங்களான்னு தான்.

''தேவடியாப் பசங்க. என்னிக்கு இந்த பாதருங்களும்,கெவர்மண்ட் பாரஸ்ட் காரனுங்களும் வந்தாங்களொ அத்தோட அல்லாம் ஒண்ணொண்ணா பூடுச்சி. இப்ப இங்கத் தேனும் இல்ல ,சந்தனமும் இல்ல.''

பீமக்கவுண்டனின் குரலில் ஆண்டாண்டு காலமாய் ஏமாற்றப்பட்ட, வஞ்சிக்கப்பட்டத் தட்டிக்கேட்கத் திராணியற்ற, இயற்கை மீது பக்தி கொண்ட ஒரு சமூகத்தின் ஒட்டுமொத்த ஆற்றாமையும்,சினமும் வெளிப்படுகிறது.

''அப்பல்லாம் நான் சின்னப்பையன். இஸ்கோல் அல்லாங்கடயாது. காட்ல ஆடு மேச்சிக்கினு,சாமக்கி ஏர் ஓட்டினு கடப்போம். வரசத்துக்கு ரண்டு வாட்டி அல்லாரும் ஒட்டுக்கா வந்து தேனெடுப்பம்.எங்க தாத்தன் ஆண்டி கவுண்டன் தான் அல்லாருக்கும் நாட்டாமக்காரு.''

''போ சீயா. நீங்கல்லாந்தான் கவுண்டருண்றீங்க.எங்க சட்டிபிகேட்ல அல்லாம் எஸ்டி,மலையாளின்னு தான் தராங்க.இதே மாறி தான் தகரகுப்பம் வெள்ளயன் மாமன் திருப்புத்தூர்ல ரயில்வேல, வேல செய்யல அதும் பசங்கள இஸ்கோல்ல கவுண்டருன்னு சொல்லிட்டு எம்பிசி சட்டிகேட் குடுத்துட்டாங்க.மாத்தவே மிடியல.''

''கெவுர்மண்ட் ஆயிரஞ்சட்டம் சொல்லட்டுண்டா நாமல்லாம் கவுண்டருதான்.நம்ப ஊடு அரசரு,அண்ணாமலையா ஊடு கணக்கரு,சகாதேவன் ஊடு சேவுகரு.காளியாத்தாதான் நம்பள இந்த மலைக்கு பைரவன வழிகூட்டி இட்டாந்தா.''

மூங்கில் புதர் அடர்ந்திருந்தது.அதன் பசுமையும்,மரத்திலிருந்த மண் நிறத் தவுட்டுக் குருவிகளின் சிறகடிப்பும் மூங்கில்கள் ஒன்றுடன் ஒன்று உரசும் ஓசைகளும் அவ்விடத்தை ரம்யமாக்கின.மூங்கில் புதரில் கீரி ஒன்று ஓடியது.

அதைத்தாண்டி நடந்ததும் பசும் புல்வெளி.பல வண்ண மலர்கள்.ஊதாவும்,நீலமும்,மஞ்சளும்,வெண்மையுமாய் அவ்விடமே வண்ணக்கலவையாய் இருந்தது.பல வண்ணப் பட்டாம் பூச்சிகளும், தேனீக்களும், குளவிகளும், தும்பிகளும் பறந்தன.இவர்களைப் பார்த்ததும் குரங்கு ஒன்று ஓடியது.பசிய வெப்பளாமரத்தின் கிளையில் கொடி போலத் தொங்கிக் கொண்டிருந்த பச்சைப்பாம்பு ஒன்றைப் பார்த்த அனுமன் பயந்து பேச முடியாமல் காண்பிக்கிறான்.பளீரென்ற பச்சை உடல் மெல்லியதாய் கிளையில் ஆடுகிறது.அதன் பிளந்த வாய் சிவந்திருக்கிறது.வேகமாய் கிளைகளுக்குள் மறைந்து விட்டது.

''அது கண்ணுகொத்தி பூடும்.

இங்க தான் பேராண்டித் தேன் எடுப்போம்''

உயர்ந்து வளர்ந்திருந்த நெட்டிலிங்க மரம் ஒன்றின் கீழ் அமர்ந்த பீமன் அந்த பள்ளத்தாக்கைக் காட்டினான்.கோயிந்தனும் அனுமனும் அத்தனை அழகான இடத்தை பார்த்ததே இல்லை.உயர்ந்த மரங்களும், குட்டை மரங்களும் புதர்களும்,அவற்றை இணைப்பது போல் படர்ந்திருந்தக் கொடிகளும்,சில கரிய வண்ணத் தேனடைகளுமாய் இருந்தது.

''அப்பல்லாம் நாங்க வயசுப் புள்ளிங்க .ஊர்ல அல்லாரும் சேந்து நாள் குறிச்சுட்டு கும்பலாய் வருவோம்.காளியாத்தா சரின்னு சொல்லணும் அப்பதான் தேன எடுக்கலாம்.ஏழு கன்னிமாரு இருப்பாளுங்க. ஒவ்வொருத்திக்கும் ரெத்த காவு குடுக்கணும்.ஊர்ல இருந்தே சாவக்கோளி எடுத்தாந்து கீறி ரெத்தத்தை ஒவ்வொரு மரமா உடணும்.யாரு மேலயாவது தேவம் வந்து எடுங்கடான்னா தான்

மரத்தில ஏறுவம்.அம்மாங்கட்டுப்பாடா இருந்திச்சி.அப்புடி எடுக்கற தேனு எங்களுக்கு வரசத்துக்கும் சரியாப் பூடும்.

அப்பத்தா(ன்)பாரஸ்ட் காரங்க,தொரைங்க,சிலவ போட்ட பாதருங்க அல்லாம் குதரயில வர ஆரம்பிச்சாங்க.அவுங்கல்லாம் ஊருக்குள்ள வந்தா பொம்பிளங்க ஓடிப்போயி ஒளிச்சுக்குவாங்க. நாங்க சின்னப் புள்ளிங்கல்லாம் மரத்துமேல ஏறிக்குனு பாக்குவம்.

நாங்க அவுங்க போட்னிருந்த துணியெல்லாம் பாத்ததே இல்ல.நாங்க சோமம்(வேட்டி) மட்டுந்தான கட்டுவம்,சரட்டு கூட கடையாது. குளுருக்கு ரட்டிப்பையப் போத்திக்குவம். கம்பஞ்சோறு, சாமச்சோறு தான். கெவுறு இல்லன்னா கம்பங்களி களாறி உளுவல புளி போட்டுக் கடஞ்சி துண்ணுவம். கோளி, ஆடெல்லாம் திர்நாவுக்கு காவு குடிக்கறப்ப துண்றதுதான். காட்டுல மொசலு, எலி, உடும்பு, அணிலு, காட்டுக்கோளி அல்லாம் வேட்டயில புடுச்சிச் சுட்டுத் தின்னுவம்.

அப்பறம் கொஞ்சங்கொஞ்சமாத் தேனுபொட்டி குடுத்தாங்க. தேனீய புடிச்சிப் பொட்டில வச்சி அதுங்கள ஏமாத்தித் தேன எடுத்தாக் காசி கெடச்சிச்சி. எவ்ளோ நாள் ஏமாத்த மிடியும். நாங்கல்லாம் தேன வரசத்து ரண்டு வாட்டி தான் எடப்பம்.சந்தன மரம் எங்களுக்குக் காட்டு தேவம். தொடக்கூட மாட்டம்.

ஐசக்குனு ஒரு வெள்ளக்காரனும்,ஈப்பன் ஆபிராம்னு ஒரு கேரளா மலையாளத்தானும் வந்தாங்க.அவுனுங்க ரண்டு பேருமே மஞ்சளா இருப்பானுங்க.அப்டி நெறத்த நாங்க பாத்ததே இல்ல.ஐசக்கு ஒசரம்னா ஏளடி இருப்பான். கண்ணு நீலமா இருக்கும்.சீப்பு காருல சராயி,பூட்சு அல்லாம் போட்னு அவங்க வந்தாலே நாங்கல்லாம் பின்னாடியா ஓடுவம். பால் பவுடரு,ரொட்டினு ஊர்ல அல்லாருக்கும் குடுத்தானுங்க. அந்த ருசி எங்குளுக்கல்லாம அவ்ளோ புடிச்சிச்சி. களுத்தில சிலவய மாட்டிகினு கருப்பா பொஸ்தகத்த வச்சிக்கினு இன்னான்னாவோ சொன்னானுங்க.கிறஸ்தவங்களா மாறனா துணி, வேல, படிப்பு

அல்லாம் தரன்னானுங்க.நம்ப தேவத்த அல்லாம் சாத்தான்னு சொன்னானுங்க.

''நம்பாளுங்க செல பேரு அவங்க கூட போனாங்க. அந்த ஐசக்கு ராவுல வெளிநாட்டு சாராயத்தக் குடிச்சுட்டு பாடிக்கினே தூங்கிடுவான். அவன் எதிர்க்க கம்முனு கடக்கற ஈப்பன் ,அதுக்கப்பறந்தான் வெளில வருவான். வந்து துட்டுக் குடுத்து பொம்பள தேடுவான்.அல்லாரையும் அதிகாரம் பண்ணுவான்.ஜாட்டய தூக்கினு அடிக்க வருவான்.''

பீமக்கவுண்டன் கதையயை நிறுத்திக் கீழே பார்க்கிறான்.

அதோ பாரு மனா! அந்த மரத்தடிதான் ரேணுகாம்பா எடம். சிறிது நேரம் அமைதியாய் இருந்து விட்டு பெருமூச்சு விடுகிறான்.காகிதப் பொட்டலத்தைப் பிரித்துக் காய்ந்த கஞ்சா இலைத்துகள்களை எடுக்கிறான். இடதுஉள்ளங்கையில் வைத்து,வலது கட்டை விரலால் கசக்குகிறான். மண் குழலில் சிறிய கல்லைப் போட்டு தூளை நிரப்புகிறான். அனுமனும் கோவிந்தனும் அவன் செய்வதை ஈர்ப்புடன் பார்க்கின்றனர். சிறிய துணியை சிலும்பியின் பின்புறம் மூடிப் பற்ற வைத்து இழுக்கிறான். அவ்விடமெங்கும் கஞ்சா புகை பரவி மணங்கமழுகிறது. சிலும்பியில் கனன்ற தீயின் செம்மை பீமக்கவுண்டனின் கண்களில் ஜொலிக்கிறது.

எனுக்கு அப்ப பதனாலு வயிசிருக்கும்.வயிசெல்லாம் கணக்கு சரியா வச்சிக்க மாட்டம்.வயிசு கணக்க சொன்னா ஆயுசு கொறையும்னு எங்க அப்பஞ்சொல்லுவான். எனுக்கு மாமம் பொண்ணு ரேணுகான்னு இருந்தா.அழகுன்னா அம்மாம் அழகு.நல்ல கருப்பா, ஒசரமா, நீள முடியோட இருப்பா.அவ மூஞ்ச பக்கவாட்டில பாத்தா அந்தக் கண்ணும்,மூக்கும்,ஒதடும் அப்பிடியே சாமி செலயாட்டம் இருக்கும்.அவ அழகப் பத்தி பேரப்புள்ளிங்க உங்க கட்ட சொல்ல மிடியாது.என் வயிசில அப்டி ஒரு பொண்ண பாத்ததில்ல.அவ அப்பனுக்கு மவகிட்ட அவ்ளோ உசுரு.மூணாவது பொண்ணு முத்தமெல்லாம் பொன்னு..,எம்மவளே என் வூட்டுக்கு

பொன்னுதானன்னு அவ அம்ம சீட்ட அல்லார்கட்டயும் சொல்லுவா.அவளும் எங்க பெரியாப்பன் மவன் ஜம்புவும் ஆச வச்சிருந்தாங்க.எங்க பெரியாப்பனுக்கு பொண்ணு சீரு குடுக்க வசதி இல்லாத, ஆறு மாசங்களிச்சி தையில தாலி கட்டுனு பேசி வச்சிருந்தாங்க. அப்பத்தான் அந்த ஈப்பன் கண்ணுல அவ பட்டுட்டா.எங்க ஊருகட்டுப்பாட்டப் பத்தியெல்லாம் அவன் கண்டுக்கல.

நம்ப ஊருல ஆடித் திருநா வந்தப்ப மானு வேட்டக்கி ஊரு ஆம்பளங்க அல்லாரும் காட்டுக்கு பூட்டோம்.மானு கெடைக்கற வரைக்கும் ஆரும் ஊருக்கு வரக்கூடாது.ஊருல பொம்பிளிங்களும், கொழந்தப்புள்ளிங்களும், கெழவனுங்களும் மட்டுந்தான்.அன்னிக்கு ஆடு மேச்சிட்டு அந்திரிக்கா ரேணுகா வரவும்,ஈப்பன் தொர இவ பின்னாடியே வந்திருக்கான்.இவ ஓடி வந்துட்டா.அடியே நாயின்ட மோளே நாள ராத்ரிக்குள்ள உன்ன ஞான் பிடிக்கலன்னா ஈ எடத்த விட்டு போயின்னு கத்திட்டு போயிருக்கான். ராவிக்கல்லாம் அழுதுகினேக் கடந்திருக்கா ரேணுகா ,இன்னாடின்னு கேட்ட அவ அம்ம கட்ட என் சரப்பணி தாரவாந்துடுச்சின்னு சொல்றா.அம்ம போனா போது உட்றீ, பித்தள தானன்னு தேத்தியிருக்கா.

மக்யாநா காலீல காட்டுக்கு வந்த ரேணுகா நெருப்பு மூட்டி அதுல குதிச்சிட்டா.ஊரே அடிச்சிகினுஅழுவுது.அப்பத்தான் அவ கூட ஆடு மேச்ச புள்ளிங்க சொல்லி அல்லாருக்கும் விஷயந்தெரியுது.திர்நா நின்னுடிச்சி.ஜம்பு அந்த ஈப்பனத் தேடிப் போறதுக்குள்ள அவன் ஓடிட்டான்.

அவ அப்பனும் அம்மயும் எம்பொண்ணே ஒன்னிய வளத்தது இப்பிடி நீ நெருப்புல துடிச்சினு சாவத்தானா... கன்னி தெய்வமாயிட்டயேன்னு கதறுனாங்க.,

ஊரே சேந்து அவள சாந்தமாக்க அவ செத்த எடத்துல ரேணுகாம்பாவ தேவமா வச்சாங்க. அந்த மரத்தடியப் பாரு.

கோவிந்தனுக்கும் அனுமனுக்கும் அதைப்பார்க்கும்போதே உடல் பதறியது. தூரத்திலிருந்தே ரேணுகா தேவியைப் பார்க்கிறார்கள். நெருப்பு சுவாலை கூந்தலாய் எழும்பக் கண்களில் உக்கிரத்துடன் இரு புறமும் நீட்டிய பற்கள் கொண்ட வாயுடன் அமர்ந்திருக்கும் அம்மனைப் பார்த்து நடுங்குகிறார்கள்...

பீமன் தொடர்கிறான்? இந்த ஜவ்வாது மலையோட பனிக்கும்,பூவுங்களுக்கும் தேனு நல்லா கெடைக்கும்.ஆனா இஷ்டத்துக்கு ஊரியாவும் மருந்தும் கொணாந்து குடுத்து அல்லாச் செடியும் வெஷமாச்சி, தேனீங்களும் இல்ல.இப்ப இங்கத் தேனே இல்ல, அல்லாம் வெல்லப்பாகக் காச்சித் தேனுன்னு விக்கறாங்க. சந்தன மரம் ஒண்ணு கூட இல்ல.. இங்க நாங்க காட்ட கும்புட்டுகினு, மரஞ்செடி, பூச்சி, குருவி அல்லாத்து கூடவும் ஒண்ணாக் கடந்தோம். நம்ப ஊருங்க பேரு கூடப்பாரு... பலாமரத்தூரு,எட்டி மரத்தூரு, மாமரத்தூரு, நெல்லிமரத்தூரு, ஜம்புநாகமரத்தூரு, பீஞ்ச மரத்தூரு, வாழக்காடு அப்பிடின்னு மரம் பேராத் தானிருக்கும்.ஆனா காட்ட மதிக்காத ஜனம் வந்து இப்ப எல்லாமே பூடுச்சி...

அனுமனும், கோயிந்தனும் கண்கள் கலங்க அம்மண்ணின் தேவதையைப் பார்க்கிறார்கள்...

அவள் வெறும் வனத்தேவதை மட்டுமா? பூமித்தாயின் வயிற்றிலே, மார்பிலே சுரண்டி, இயற்கையை அழித்த மானுடப் பேராசையை, பேரழிவை எதிர்த்து அக்னிப்பிரவேசம் செய்த கொற்றவை...

மனா-மகனே

கோரு-உட்காரு

ரவ-சிறிது

ஆசா-ஆயா

சீயன்-தாத்த
கெவுறு-கேழ்வரகு
மசான்-மச்சான்
அந்திரி-அந்தி வேளை
எக்கிரி-கீரை
இஸ்கோலு-பள்ளி
ரீவு-லீவ்
ஊறகா-துவையல்
சாவக்கோளி-சேவல்
தேவம்-தெய்வம்
வரசம்-வருடம்
ரெட்டிப்பை-சாக்குபை
திர்நா-திருவிழா
உளுவல்-கொள்ளு
சரப்பணி-கழுத்தணி
தாரவாந்து-தொலைந்து
ஊரியா-யூரியா.

ரஞ்சனி

நீலக்குழல் விளக்கொளி அறையெங்கும் பரவி இரவின் முழுமை ரஞ்சனியின் மனதில் நிலைத்தது. கதவில் தொங்கிய மாவிலைகள் அசையும் நிழலையே..பார்த்திருந்தாள். எழுந்து வெளியே போகாமல் ஏன் இப்படியே இருக்கிறேனென்று எண்ணிக் கொள்கிறாள். சீனுவின் சீரான மூச்சொலி, குழந்தைகள் புரண்டு படுக்கும் அசைவு எல்லாவற்றையும் உணரமுடிகிறது. ஆனால் அவள் அப்பெரும் வெளியில் நிற்கிறாள். வெள்ளிநிறத்தில் மின்னும் மணலும், நிலவொளியில் அசைந்தோடும் தண்ணீரின் அசைவும், குளிர் வாடையும் அவள் மேனியில் படர்வதை நிஜம்போல் உணரமுடிகிறது. எழும்பி தாழ்ப்பாளைத் திறக்கிறாள். மொட்டைமாடிக் கைப்பிடிச் சுவற்றில் சாய்ந்து நின்றவாறிருக்கிறாள். பிறை நிலவொளி மங்கலாய் ஒளிரும் வெளிச்சத்தில் தோட்டத்தைப் பார்க்கிறாள். மருதாணி மரத்தின் பூக்கள் அசைகின்றன.

மகேஸ் சித்திக்கு எப்பவும் நிலா வெளிச்சத்துல உக்காரப் பிடிக்கும். வீட்டில் எல்லாரும் தூங்கியபிறகு பௌர்ணமி நிலவொளியில் அவள் முதன்முதலில் கரிய வடிவங்களாய் நிலவொளியில் மின்னும் இலைகள் அசைந்தாடும் மரங்களைப் பார்த்தவாறு ஆற்றங்கரைக்கு கொய்யாத்தோப்பு வழியில் நடந்தது சித்தியுடன் தான்... சித்தி பயமாயிருக்கு என்றவளை சேர்த்து அணைத்துக் கொண்டவள் "

ஏண்டி பயப்படற, நம்ம எடந்தான. இந்த எடத்த ராத்திரியில பார்த்தா தான் நல்லாருக்கும்'' என்றாள்.

''மொத மொதல்ல வருதுல்ல அதான் பாப்பா பயப்புடுது'' என்றாள் உடன் வந்த செந்து.

முழு நிலவொளியில் ஆற்றங்கரையில் அமர்ந்திருப்பது பேருவகையாய் இருந்தது. யாருமின்றித் தனியே அவ்விடம் மனதில் திகிலைத் தந்தாலும் உள்ளம் பரபரத்தது. அவ்வுணர்வு ரஞ்சனிக்கு எதையோ புதிதாய்த் தந்தது.பாறை இடுக்குகளிலிருந்து வளர்ந்திருந்த புற்களும், சிவந்த பூக்களும் வெள்ளியாய் துள்ளும் நீரும் அவளைக் கிறங்கச்செய்தன.

'' ரஞ்சி இப்பிடியே வாழ்நாள் முழுக்க உக்கார்ந்து இந்த நிலாவப் பாத்துட்டே இருக்கணும்...'' அவள் விழிகளில் பளபளத்த கண்ணீர் கன்னங்களில் வழிகிறது.

சித்தி அழறயா? கைகளைப் பற்றிக் கொள்கிறாள்.சித்தியின் மூக்குத்தியும், கூந்தல் பிசிறுகளும் நிலவொளியில் ஒளிர்கின்றன. ஆற்றின் குதூகலமான துள்ளலையே பார்க்கிறாள். பாப்பா நீ இந்த ஊர்லயே இருக்காத வேற எங்கனா தூரமா கல்யாணங்கட்டிக்கிட்டுப் போயிடு...

ஏன் சித்தி

இங்க இருந்தா இந்த எடத்த மட்டுந்தான பாத்துக்கிட்டே இருக்கணும். எனக்கு காசி, இமய மலை எல்லாத்தையும் பாக்கணும், எந்த நோக்கமும் இல்லாம ரெண்டு பேரும் கைய கோத்துண்டு தெரியாத ஊரெல்லாம் வலம் வரணும்... இப்படி நெறய... நீயாவது பாம்பேக்குப் போயிடு. என்ன மாதிரி ஏமாந்துடாத... திரும்பி வருகையில் சித்தி எதுவுமே பேசவில்லை. கையில் ஒரு குச்சியை வச்சிக்கிட்டு செடிகளை அடிச்சிட்டே வந்தா.

மகேஸ் சித்தி எப்பவும் அவளுடன் தான் நிறைய பேசுவாள். ரஞ்சி எம்மனசு புரியாம எல்லாரும் அவனுக்குத்தான் சப்போர்ட் பண்றாங்க.

எங்கூட பேசக்கூட அவனுக்கு புடிக்கல, எப்பிடி போயி வாழறது? கையில் மருதாணியை இட்டுக்கொண்டே பேசுவாள்...

கிணற்றடியில் துணிதுவைக்கையில் இவள் பக்கத்தில் கருங்கல்லில் உட்கார்ந்திருப்பாள். சித்தியின் கதைகளெல்லாம் இவளுக்கு அவ்வளவு சுவாரசியமாயிருக்கும்.

மேயற மாட்ட நக்கற மாடு கெடுத்த கதையா அவளையும் உங்கதையக் கேக்க வைக்காத மகேஷ்...அம்மாவின் வசைகளுக்கு இருவரும் சிரிப்பார்கள்..

என்னடி சிரிப்பு?ஒழுங்கா சம்பாதிச்சி போடற ஆத்துக்காரனுக்கு ஆக்கிப்போட்டு அவங்கூட வாழ முடியல உனக்கு.இப்பிடி கதைய சொல்லிண்டே இருந்தா அவந்தான் என்ன பண்ணுவான்?

ஏன் சித்தி உனக்கும் சித்தாவுக்கும் சண்டையா? கல்லூரி விடுமுறையில் கேட்டாள்.

ரஞ்சி! சித்தா நல்லவர் தான். ஆனா எனக்கு அவ்ளோ நல்லவன் வேணாம். சோறு மட்டுந்தானா. அவனுக்கு நான் பாடறது, பேசறது எதுவுமே புடிக்கல. அவன் சொல்றத மட்டும் கேக்கணும். எனக்குன்னு எதுவுமே இல்லயா?

திருமண வாழ்வுரஞ்சனிக்கு நன்றாகவே இருந்தது. சீனு அவள்மீது அக்கறையாய்த்தான் இருந்தான். இருவரும் சேர்ந்து ரசித்த மாலைப்பொழுதுகள் மனதை நிறைத்தன. கோவாவில் அவன் தோளில் சாய்ந்தவாறு கடற்கரையில் உலவிய நேரங்கள் வாழ்வை அவளுக்கு சொர்க்கமாக்கின...

மகேஸ் சித்தி மடியில் சாய்ந்தவாறு கேட்ட தங்கம்மா கங்கம்மா கதை அவள் நினைவுக்கு வரத்தொடங்கியது எப்போது ...

அக்கா தங்கச்சிய கும்புட்டிருக்கயா? அவங்க கத தெரியுமா?

பொன்னாக உருகும் சூரிய ஒளி சிவந்து பரவி வெண்ணிறம் கொள்வதும்,வானில் நீலம் கருக்கொள்வதையும் கண்கள் மலர

பார்த்திருந்தாள். காலைப்பனியின் நடுங்கும் குளிர் வாடை, புற்களின் மீதெங்கும் பனித்திவலைகளில் சிதறும் வண்ணங்கள், பசும் நீரின் மீதெழும் ஆவிப்பரப்பு, தலையைத்தூக்கிப் பார்க்கும் நீர்க்கோழிகள், தரையில் படர்ந்திருக்கும் சின்னஞ்சிறு மலர்கள் ஊதா, மஞ்சள், நீலம், வெண்மை என அவற்றின் நிறங்கள், ஊசிப்புற்களின் கூம்பு வடிவ பூக்களில் அமரும் தும்பிகள், என ஏரிக்கரைப் புல்பரப்பு மனதை இதமாக்க, ஈரம் வழிந்தோடிய கருங்கல்லின் மீது அமர்கிறாள் ரஞ்சனி. பனியின் குளுமை கல்லிலிருந்து உடலுக்குத் தாவுகிறது. முழங்கைகளைக் கட்டிக்கொள்கிறாள்.

பொன்னொளிரும் காலை வேளையில் அவ்விடத்தின் தனிமை, குளிர், நீரில் எழும்பும் சிற்றலைகள், மரங்களிலிருந்து சொட்டும் திவலைகள் அவளை முழுமையாய் நிரப்பின. உயர்ந்து வளர்ந்திருந்த தைல மரங்களும், புளியமரங்களும், பசும் இலைகளெங்கும் ஈரத்தில் மினுக்கும் புங்க மரங்களும், வெண்மையான அரசமரப் பரப்பும், அதில் ஊரும் எறும்புகளும், சிட் சிட்டென ஓசையெழுப்பும் குருவிகளும், முட்டை முட்டையாய் காய்களுடன் படர்ந்திருக்கும் காட்டாமணக்குப் புதர்களும், அவற்றைப் பின்னிப் படர்ந்திருக்கும் கொடிகளும், நீலவண்ண குடை வடிவப் பூக்களும் சிறிய அடர்ந்த செடிகளும் காலங்காலமாய் அவள் அமர்ந்திருப்பதைப் பார்க்கின்றன. நாணல்களும் செடிகளும் அசைந்தாடும் அசைவில் சிலந்தி வலைகளிலிருந்த பனித்துளிகள் ஏரி நீரில் சொட்டுகின்றன. புற்களில் படர்ந்துள்ள சிறிய மலர்களின் வண்ணங்களைப் பார்க்கிறாள். அவற்றின் பூரிப்பு அவளுக்கு புன்னகையைத் தருகிறது. சிறிய மண் நிறப் பூச்சி நீண்ட கொம்புகளுடன் தாவிச்செல்கிறது. சாம்பல் வண்ண பட்டாம்பூச்சி வந்து அமர்கிறது. எறும்புகள், பசும் புழுக்கள், கரிய வண்டுகள், கம்பளிப் புழுக்கள், சிறு அவல் வடிவச் சிறகு கொண்ட பூச்சி என அங்கிருக்கும் உயிர்களின் உலகு அவளை ஈர்க்கிறது.

மனதின் குரோதம் வன்மம்... யார் மீது? எவர் மீது? தன் மீது தன் இயலாமை மீது. ஏன் மீறிச்செல்ல முடியவில்லை... ஒருக்காலும்

முடியாது... கோபம் கொஞ்சங்கொஞ்சமாய் அவள் குருதியெங்கும், சதையெங்கும் பரவி உச்சியை அழிக்குமா? மனப்பிறழ்வா?... அப்படியே அது மாறி மோகமாய், காதலாய் நேசமாய் உலகையே மூழ்கடிக்கும் பாசமாய் மாறுவது எனக்கு மட்டுந்தானா? எல்லா பொம்மனாட்டிக்கும் இப்படித்தானா?

காலத்தின் வெளியில் கனிந்து

காத்திருக்கும் சுடரொளி!

ஏற்றிய தீபச்சுடர் அணையும் வேளை காற்று அறியுமா! மோனச்சுடரின் வெம்மை . தனிமை, உண்மை, ஒளிரும் கண்கள், கன்னங்களின் மென்மை, சிவந்த கழுத்தின் நீல நரம்புகள், புறங்கழுத்தின் கூந்தல் சரிவு, மருளும் பார்வைகள்!! அவள் உள்ளுள் சென்றிட முடியுமா? அதன் வேட்கையை அறிந்திட இயலுமா?

தூக்கிக் கட்டிய கூந்தலும் கருமை பொங்கும் விழிகளுமாய் செந்து கதை சொல்லும் அழகே ரஞ்சியை ஈர்க்கும்.

அக்கா அப்பிடியே செலயாட்டம் இருப்பா. வராத ஊருல இருந்தல்லாம் அவளக்கேட்டு வராங்க. அம்மாவுக்கும் அப்பாவுக்கும் பூரிப்பு. உள்ளூரிலேயே காளியானுக்குக் குடுத்தாங்க. சரியா ரெண்டாம் மாசம் கெணத்துக்கு தண்ணியெடுக்கப்போன தங்கம்மா தவறி விழுந்து செத்துட்டா. படையல் வச்சு அடுத்த முகூர்தத்துல அவ தங்கை கெங்கம்மாவை காளியனுக்கு கட்டி வச்சாங்க. அப்பல்லாம் அப்படித்தான் வழக்கம். அவளாவது நல்லா இருக்கான்னு நெனச்சி பெத்தவங்க இருந்தப்ப அவளும் அதே கெணத்துல உழுந்துட்டான்னு தகவல் வருது.ஊரே அழுது மாளுது.

அந்த வருசம் கொடயில தெய்வம் வந்து ஒரு கன்னிப்பொண்ணு சொன்னப்பதான் எல்லாருக்கும் தெரியுது. ‘‘என் அப்பனே ஆத்தாவே சாதியே சனமே இந்த பூமாதேவி சாட்சி ஆகாச ராசா சாட்சி நெலா சாட்சி சூரியன் சாட்சி நான் பொண்ணாப் பொறந்து வளந்த இந்த ஊரிலயே வாழ்ந்தேன். கல்யாணங்கட்டுனவன் என்ன படுத்துன

கொடுமைய தாள முடியாத நான் கெணத்துல உழுந்தேனே.. எந்தங்கச்சிய அவங்கிட்டயே குடுத்தீங்களே. அவளால தாள முடியுமா? பூஞ்சிட்டு மாதிரி பறந்துகிட்டிருந்தவ எப்பிடி தாங்குவா., அவளும் அந்த் கெணத்துலயேக் உளுந்துட்டா... அவங்கள தான் நாம்ப அக்கா தங்கச்சியா கும்படறோம்.''

கேட்டுக்கொண்டிருந்த மகேசும் ரஞ்சனியும் அழுதிருக்கிறார்கள்.

அக்காளும் தங்கையும் அவள் நினைவுகளில் வரத்தொடங்கிய போது கல்லாகியிருந்தாள். நிலவு பொழியும் இரவில் ஆற்றங்கரையில் அமர்ந்திருக்கையில் பார்த்த கூழாங்கற்கள். எத்தனை கோடைகளை மாரிக் காலங்களை வெள்ளங்களைப் பார்த்தவை அக்கற்கள். வெள்ளி ஒளியில் ஒவ்வொன்றும் ஒரு முழு நிலவாய்த் தோற்றப்பிழை. நீரில் ஆயிரம் நிலாக்கள். மூழ்கும் அவள் யௌவனம். கரையும் மேடுபள்ளங்கள். மழமழப்பு.

வாழ்க்கையின் பக்கங்கள் அவளுக்கு உவப்பானதாய் சிலதே. மற்றவையெல்லாம் கனவுகள். அவை பறப்பவை மூழ்குபவை; வழிந்தோடுபவை; உயிர் ஒடுங்க மலர்பவை; பிரபஞ்ச வெளியெங்கும் படர்ந்து கொய்பவை. பொன்னரளிப் பூக்களாய் சொரிபவை. இரவில் மலர்ந்து மயக்கும் செவ்வரியோடிய நித்யமல்லி இதழ்கள். செடி காணாது பூக்கும் காட்டு மலர்கள். மணல் எங்கும் படர்ந்து ஓடி விளையாடும் சமுத்திர அலைகள்.

பீன்ஸ் பருப்பும்,வெந்தயக் குழம்பும் பண்ணவா பிறந்தாள். முரண்கள் மோதல்கள் பேச்சுகள் சமாதானங்கள்... என்றும் முடியாது எனும் உச்சத்தில் மௌனியானாள்.

அவன் கண்ணன் பார்த்தன் மதுசூதனன் நந்தகோபன் காண்டீபன் ராதாமணாளன் வில்லேந்தும் விஜயன் சுபத்ராவின் மித்திரன். மனமெங்கும் நிறைபவன். அவள் கனவொளியில் கலவையாகி சிந்தையானவன். எண்ணங்களில் உயிர்ப்பவன். எப்பொழுதும் உடனிருந்து சகி என்று பிரியத்தில் உச்சி முகர்கிறான். செஞ்சாந்தும்

செம்பகமும் கலந்து வீசும் புத்தம் நறுமணம் அவள் அனுபவங்கள். உயர்ந்து நிற்கும் மலைமுகட்டில் எவர் கண்களும் தீண்டாமல் தனித்து வளர்ந்து பரவி மணம் பரப்பும் சந்தன விருட்சம் அவள் அக உலகு. காயங்களில்லை சீண்டல்கள் இல்லை; சீறும் நாகங்களாய் எழும் பெரு மூச்சுகள் இல்லை; அலங்காரங்கள் இல்லை; களைதல்கள் இல்லை...

உவகை உவப்பு பூரண சமர்ப்பணம் நினைவுகள் எண்ணங்கள் மட்டுமே .செயல்களே அற்ற மோனம்..

பனியில் பாதி மலர்ந்திருக்கும் இதழ்களெங்கும் திவலைகள் வழியும் மஞ்சள் ரோஜா. மயக்கும் மணம் பரப்பும் பூத்துச் சொரியும் செவ்வலரிக் கொத்துகள், சுவர் இடுக்கில் தளதளவென வளர்ந்து தளிர்க்கும் ஆலஞ்செடி..

அவள் கனவுகளில் அவன் வரத்தொடங்கினான். பின் நிஜம் போன்ற நினைவுகளில். அவள் சிரித்தாள், மலர்ந்தாள், நாணினாள், முகம் சிவந்தாள். அவளைச் சிரிக்க வைத்தான்.

மழையில எதுக்கு நிக்கற பைத்தியமாட்டமா.எப்ப பாத்தாலும் என்ன சிரிப்பு.அர்த்தங்கெட்ட வேளையில என்ன பாட்டு. அதுவும் கண்ணீர் விட்டுக்கிட்டு, கொழந்தைகளை பேச எனக்கு கெட்ட வார்த்தைதான் வரும். தோசை வார்த்துக் கொடுத்தா கொறஞ்சிடுவையா?

கண்ணீர் கூட வருவதில்லை.பனி மட்டுமான வெண்மைப் பரப்பில் நின்று மேருவை பால் நிலவொளியில் பொன்னொளிர் காலைக் கதிரில் மயக்கும் நீலத்தில் தரிசிக்க ஏன் ஆசைகொண்டாள் சித்தி . அவள் மனதின் அகன்ற பரப்பு எதுவுமற்ற வெளி நான் நீ என்ற வேறுபாடின்றி எங்கும் நிறையும் முழுமை பூரணத்துவம் மட்டுமே வேண்டினாள்.

அவள் எண்ணங்களில் மகேஸ்வரியும் தங்கம்மாவும் கெங்கம்மாவும் சங்கமிக்கத் தொடங்கினார்கள் காலங்காலமாய் பெண்மையாய், மலராய், பாறையாய் அவள் அமர்ந்திருக்கிறாள்.

விசும்பின் துளி

"வசு! இன்று உனக்கு ஆறாவது கீமோ சிட்டிங். ட்ரீட்மெண்ட் அறையில் உன்னை விட்டுவிட்டு வெளியில் நிற்கிறேன். இடது கன்னத்தில் எரிகிறது.நேற்று நீ தூக்கி எறிந்த முள்கரண்டி கீறிய வலி. நேற்றிரவு என்னிடம் உக்கிரமாய் சண்டையிட்டாய். காலையில் ஒன்றுமே நடக்காதது போல குளித்து,எனக்குப் பிடிக்காத ப்ரௌன் வண்ண சுடிதார் அணிந்து போலாமா என்றாய்.

வசு! ஆஸ்பிட்டல் என்பது வேப்பமரங்கள்,காகங்கள், நீலநிற அறைகள், நர்ஸ்கள், வார்ட் பாய்கள், அழுகைகள், ஸ்பிரிட் வாசனைகள் என்று எல்லா ஊர்களிலும் ஒரே மாதிரியானவையே. சென்னை, வேலூர், பெங்களூர் என எல்லா மருத்துவ மனைகளும் என்னை இம்சிக்கின்றன.

"டாக்டர் ரீனா வந்து மிஸ்டர் ஸர்வணன்" என்று உடைந்த தமிழில் அழைக்கிறாள். கண்ணாடி அறையின் ஊடே உன்னைப் பார்க்கிறேன். வெள்ளைத் துணிகளிடையே உன் சோர்ந்த முகம் தெரிகிறது.

வசு! காலம் வாழ்வு பற்றிய எந்த பிரக்ஞையுமின்றி உன் காலடியில் அமர்ந்திருக்கிறேன். தாதி வந்து ரத்த அழுத்தம் பார்த்து ட்ரிப்ஸை சரி செய்கிறாள்.

உன் கால்களைப் பற்றிக்கொள்கிறேன்.நீளமான உருண்ட விரல்கள்.மெட்டியின் தடங்கள் பதிந்த நான் நேசிக்கும் உன் பாதங்கள்.

கண்மணி! உனக்கு மெட்டி அணிய அத்தனை விருப்பம். திருமணத்திற்கு முன்பே என்னை வாங்கித்தரச் சொல்லி அணிந்து பார்த்தாய். எத்தனையோ இரவுகள் உன் கால்விரல்களுக்கு சொடக்கு எடுத்திருக்கிறேன், கால்களை அழுத்தி விட்டிருக்கிறேன்.உன் பாதங்களை நான் முத்தமிட்டால் உவகை கொள்வாய்.நேற்றிரவு அதே பாதங்களால் என்னை எட்டி உதைத்தாய்.,

மருந்தின் மயக்கத்தில் திரும்புகிறாய்.வலியினால் புருவத்தை சுழிக்கிறாய். வசும்மா! அன்பு கொண்ட உயிர் நோயுற்று அந்த வலிகளை அருகிலிருந்து காண்பதை போன்ற வதை உலகில் எதுவும் இல்லை. என் கண்மணி, நான் கையாலாகாதவனாய்இந்த புற்று நோய்க்கு உன்னை பலி தந்து நிற்கிறேன். உன்னை வசந்தி என நான் அழைத்தால் உனக்கு பிடிக்காது.ரொம்ப பழைய பேராகத் தெரியுது என்பாய்.

வசு! நீ வாழ்வை நேசித்தவள். எனக்குள் காதலை ஊற்றியவள். இன்று ஏன் எனக்கு சாவு, ஏன் இந்த உயிர் கொல்லும் வலிகள் என்கிறாய்.என்னிடம் பதில் இல்லை.

கீமோவினால் முடி இழந்த உன் தலையை,வலியில் சுருக்கிய புருவத்தை, கருமை படர்ந்த கன்னங்களை,வறண்ட உதடுகளை, மேலுதட்டின் மயிர்களை,ஏறி இறங்கும் கழுத்தை, வலது புற மார்பை, இடது புற வெறுமையை,மெலிந்த கைகளை பார்க்கிறேன்.உன் உடலே சுருங்கிவிட்டது போலிருக்கிறாய்.

வசு! உன்னை நான் முதன்முதலில் பார்த்த போது மஞ்சள் நிற சுடிதார் அணிந்து உன் ஆபீசில் அமர்ந்திருந்தாய்.ஜெனிதான் அறிமுகம் செய்தாள்.உன் உருவம் என்னைக் கவரவில்லை.ஜெனியின் முன் நீ சாதாரணமாய் தோன்றினாய்.

மறுநாள் நான் உன் அலுவலகம் வந்தபோது அடர்நீல நிற டாப்சும் ஜீன்ஸுமாய் என்னைப்பார்த்த ஹாய் என்று கண்கள் மலர சிரித்தாய். அப்படி உயிர்ப்புடன் சிரிக்க உன்னால் மட்டும்தான் முடியும் வசு.

என்ன சரவணன் ஜெனியைப் பார்க்கவா? என்றாய்.ஒரு சின்னப் பூனைக்குட்டியின் கொஞ்சல்போல உன் குரல் ரம்யமாய் ஒலித்தது. நான் புன்னகைத்தேன்.

உனக்கு சிறிது கூட சுருளாத நேரான கூந்தல்,அகன்ற மருண்ட விழிகள், உருண்ட மூக்கு,சிவந்த கன்னம்,அழுத்தமான ஈர உதடுகள், பொன்னிற சருமம்,செல்லமாக சிறுமி மாதிரி இருந்தாய்.நான்,உன்னை கவனிக்க ஆரம்பித்தேன்.

முன் நெற்றயில் விழுந்த கூந்தலை சரிசெய்தவாறு நீ என்னைக் கடந்து சென்ற அந்த அசைவு,கன்றுக்குட்டி போன்ற துள்ளல் ,உன் நடை எனை இழுத்தது.வசு! அக்கணமே நீ என்னுள் புக ஆரம்பித்தாய்.

நான் அடிக்கடி உன் அலுவலகம் வரத் தொடங்கினேன்.கொஞ்சம் கொஞ்சமாய் நீ எனக்குப் பேரழகியானாய்.நேசிக்கும் பெண்ணின் ஒவ்வொரு அசைவுமே அழகு தான் வசு.

உன்னைப் பார்ப்பதற்கு முன் எனக்கும் சில ஈர்ப்புகள் இருந்தன. ஜெனியின் உடல் என்னைக் கலைத்திருக்கிறது. என் ஆபீசில் சந்தியா என்றொருத்தி மிக அழகாக உடுத்துவாள். பேச்சு, வேலை எல்லாமே மிக நேர்த்தியாய் இருக்கும்.அவளுக்கும் என் மீது ஒரு ஸாப்ட் கார்னர் உண்டு.

ஆனால், வசு! உன்னருகில் நான் காதலின் தூய்மையை உணர்ந்தேன். உன் விழிகளின் வசீகரத்தில் விழுந்து உன்னில் மூழ்கிட எண்ணினேன். நான் உன்னிடம் காதலைச் சொன்ன நாளில் அதை எதிர்பார்த்திருந்தவள் போல வெட்கத்துடன் சம்மதித்தாய்.

வசு, நாம் இருவரும் முதன்முதலில் சேர்ந்து பார்த்த கண்டுகொண்டேன் படம் நினைவிருக்கிறதா? ஐஸ்வர்யா ராயை விட

நீ நான் எனக்கு உலக அழகி என்றேன்.பளபளக்கும் விழிகளில் நாணத்துடன் என் மீது சாய்ந்துகொண்டாய்.என்னை ஆண் என முழுமையாய் உணர வைத்தவை நீ என் மார்பினில் சாய்ந்த கணங்கள் தானடீ.

நான் கூறிய எல்லாவற்றையும் நம்பினாய்.அவை பொய்யாக இருக்கக்கூடும் என்ற எண்ணம்கூட உனக்குத் தோன்றவில்லை. அத்தனை தூய மனம் கொண்டவள் நீ.

சரண் சரண் என்று என்னையே சுற்றி வந்தாய்.உன் உலகமே நானாகிப் போனேன்.

கட்டம் போட்ட ஷர்ட் போடாதடா என்றாய்.பிரஞ்ச் பியர்ட் வச்சுகோயேன் என்றாய்.சரண் நீ ரொம்ப மேன்லி கொஞ்சம் சிரியேன் பயம்மா இருக்கு என்றாய்.காதலியின் கண்களே ஆணின் உலகம்.நீ கூறிய எல்லாவற்றையும் கேட்டேன்.

உன்மீதான நேசத்தை தவிர உலகில் வேறு எதுவுமே இல்லை என என்னை அலைய வைத்த நாட்கள் அவை.உன் பேச்சும் ,சிரிப்புகளும்,உன் நடையும்,என் கோபங்களை எதிர் கொள்கையிலும் மருண்டு சுடரும் உன் விழிகளும் என்னை உன்மத்தம் கொள்ள வைத்தன.அணு அணுவாய் என்னை ஆக்ரமித்தாய்.என் உதிரத்தில், என் நரம்புகளில், என் சுவாசத்தில் கலந்தாய். உன் உதடுகளில் உதிரும் ச்சீய், அய்யே போன்ற வார்த்தைகள் கூட என்னைக் கொன்றதடீ.

பெண்ணுக்குத் தன் உடல் தீராத பொக்கிஷம்.அதனால் தான் மூடி மூடி வைக்க எண்ணுகிறாள். ஆனால் தான் நேசிக்கும் ஆண் மட்டும் அதை ஆராதிக்க எண்ணுகிறாள்.

நானும் உன் எல்லா உணர்வுகளையும் அறிந்திருந்தேன்.

உன் பொன்னிற சருமம் காற்றில் அலையும் உன் குழல் கற்றைகள், எனைக் கண்டவுடன் காதலால் மலரும் உன் விழிகள், எனை ஈர்க்கும் உன் புருவங்கள், உன் நாசிகள், உன் ஈர இதழ்கள்,உன் புன்னகை,

கன்னத்தில் சிவந்த பரு,புறங்கழுத்தின் மரு,துடிக்கும் உன கழுத்து, சிப்பி போன்ற நகங்கள்,உன் கை விரல்களில் சிவந்த மருதாணி ,வசு சரண் என எல்லா இடங்களிலும் நீ நம் பெயரைக் கிறுக்குவது, உன் மழலை என எல்லாவற்றையும் நேசித்தேன்.

சிகரெட்டை விட்டு விடு என்றாய்.

நீ பெரிய ஆத்தா மாறி எனக்கு அட்வைஸ் பண்ணாதடீ என்றேன்.

உண்மையில் என்னை மழலையாக்கினாய். எந்த வயதிலும் தாயாக மாறிவிடப் பெண்ணால் முடியும்.உன் காதலினால் என்னைத் தாலாட்டினாய். என் சிகரெட்டுடன் என்னை ஏற்றுக்கொண்டாய்.

என் வாழ்வின் தீராத பக்கங்களை உன் அன்பெனும் தூய்மையால் நிரப்பினாய்.உன் ஈர இதழ்களை அசைத்து ச்சரண் என்று என்னை காதலுடன் அழைக்க உன்னால் மட்டுமே முடியும்.

காமத்திற்கே அலங்காரங்களும் அரிதாரங்களும் தேவை.காதல் பூச்சுகளற்றது. உண்மை மட்டுமே போதும்.வசு! நீ விசும்பின் துளி போன்ற தூய்மையானவள்.

நான் உன்னுள் உறைந்திட விரும்பினேன்.

நம் திருமணத்தை எளிமையாக நடத்த நான் விரும்பிய போது எவ்வித தயக்கமுமின்றி சம்மதித்தாய்.

நம் திருமணத்தின் போது என் அம்மா உனக்கு அளித்த பட்டும் உன் நகைகளும் உன்னை யாரோ அன்னியப் பெண்ணாகவே எனக்குக் காண்பித்தன.வசு, நான் மனமாற அக்கோலத்தை வெறுத்தேன். நானறிந்த என் வசு அலங்காரங்களற்றவள்.என் மனதை அறிந்து கொண்ட நீ அன்று மாலையே எனக்குப் பிடித்த என் வசுவாக மாறிவிட்டாய்.

செல்லம்மா! நம் திருமண வாழ்வு அன்பெனும் பெருவெளியில் பொங்கிப் பிரவகிக்கும் வெள்ளமாய் தொடங்கியது.முழுமையாய்

என்னை நிறைத்தாய்.உன் சமையலும்,விளையாட்டுகளும்,சின்னச் சின்ன அக்கறைகளும் பெண் எத்தனை இனிய துணை என என்னை அறிய வைத்தன.

ஏகப்பட்ட திட்டங்கள் வைத்திருந்தாய்.சரண் யூரோப் டூர் போகணுண்டா என்றாய்,ஒரே ஒரு பெண் குழந்தை பெத்துக்கலாம் என்றாய்,கடைசி நாட்கள்ல எங்கனா ஹில் ரிசார்ட்ல செட்டில் ஆகணும் என்றாய்,என்னை தாஜ்மஹாலுக்கு கூட்டிட்டுப் போறியா? என்றாய்.

நம் திருமணத்திற்குப் பின் ஆறு மாதங்கள் கழித்து நெஞ்சில் இடதுபுறம் வலிக்குது என்றாய் .ஒண்ணும் இருக்காதுடீ என்றேன்.உன் இடது மார்பில் லேசான தடிப்புகள்.டாக்டரிடம் செல்கையில் ஏதாவது அலர்ஜியாக இருக்கும் என்று இருவரும் மீண்டும் மீண்டும் சொல்லிக்கொண்டோம்.

முதலில்எதுவும் இருக்காது என்ற டாக்டர் எதுக்கும் டெஸ்ட் பண்ணிடலாம் என்றார்.

டெஸ்ட் ரிசல்ட்டுக்காக காத்திருக்கையில் நடுங்கும் விரல்களுடன் என்னை பிடித்துக் கொண்டாய்.உன்னைத் தோளோடு அணைத்துக் கொண்டு நாம் காதலிக்க ஆரம்பித்த காலங்கள் பற்றி பேசினேன்.

ஸ்டேஜ் ஒண்ணுதான்.கட்டியை எடுத்தா சரியாயிடும் என்றார்கள். நீயும் முதலில் தைரியமாக எதிர்கொண்டாய்.கண்கலங்கிய என்னைத் தேற்றினாய்.

ஆனால், அதன் பின்னர்தான் எல்லாமே தொடங்கியது .மெலிக்னண்ட,ட்யூமர்,சர்ஜரி,ஆன்காலஜிஸ்ட்..,என,என் வாழ்வை என் வசுவை கொஞ்சம் கொஞ்சமாய் உருக்கியது.உன் இடது மார்பகத்தை நீக்கியபோது நீ உடைந்தாய்,உன் வேதனை என்னைக் குலைத்தது.

நான் உன்மீது கொண்ட மாறாக் காதலைப் போலவே அந்த கார்சினோமா செல்களும் உன் மார்பில், உன் வயிற்றில், உன்

கருவறையில், உன் உள் உறுப்புகளில் பரவத்தொடங்கின.

சரண், நான் உன்னை விட்டு போக மாட்டேண்டா.என்னை காப்பாத்து என்று கதறினாய்.என்னால் எதுவுமே செய்ய முடியவில்லை கண்மணி.

அதன் பின் நீ ஆவேசமடைந்தாய்.சிகிச்சைகள் உன்னை வதைத்தன. என்னிடம் சண்டையிட்டாய். நான்தான் அசிங்கமாயிட்டேனே உனக்கு பிடிக்காது என்று அழுதாய்.என்னிடம் பேச மறுத்தாய். வலி தாள இயலா கணங்களில் வயிற்றை பிடித்துக் கொண்டு சுருண்டு என் மடியினில் கதறினாய்.என்னால் அதை தாங்கவே முடியவில்லை கண்மணி.உன் நெற்றியில் முத்தமிடுவதை தவிர வேறெதுவும் செய்ய முடியாமல் நிலைகுலைந்தேன்.

நேற்றிரவு, என்னை ஏண்டா ஆஸ்பிட்டல் கூட்டிட்டு போற? என்று என் மார்பினில் எட்டி உதைத்தாய்.வலி தாங்க முடியவில்லை என்னைக் கொன்னுடு என்று கையில் கிடைத்ததை எல்லாம் தூக்கி விசிறி அடித்தாய்.நான் என்ன செய்யட்டும் கண்ணம்மா.

இரவு மருத்துவமனையில் வலியில் கண்விழித்த நீ சரண் சரண் என்று என்மார்பில் சாய்ந்து கொண்டாய்.உன்னால் அழக்கூட முடியவில்லை.உன் முதுகைத் தட்டிக்கொண்டே இருந்தேன்.அரை மணிக்குப்பின் என்னை ஏறிட்டு பார்த்துவிட்டு என் மார்பிலேயே இறந்துவிட்டாய்...

பி.கு: இவை பன்னிரண்டு ஆண்டுகளுக்கு முந்தைய என் டைரிக்குறிப்புகள். வசு, உன் நினைவுகளுடனே காலத்தைக் கடந்திருக்கிறேன். எந்த தேவதை உன்னை என் வாழ்வில் கொண்டு தந்தது.எந்த பூதம் வந்து தூக்கிச் சென்றது.

உன்னை மறக்க முயலச்சொல்லுகிறார்கள்.அது எப்படியடி முடியும் நீ தான் என்னுள் கலந்து விட்டாயே.என் மரணத்தால் மட்டுமே அது இயலும்.

நீ ஆறு மாதம் அனுபவித்த வேதனைகளை நான் வாழ்நாளெல்லாம் அனுபவிக்க விட்டு சென்றுவிட்டாய்.

நீ காண விரும்பிய தாஜ்மகாலும் தேம்ஸ் நதியும் இனி உலகில் இருந்தென்ன?

உன்னை வதைத்த புற்று நோயின் நண்பனான சிகரெட்டை மட்டும் விட்டுவிட்டு உன் நினைவுகளுடனே அலைந்து கொண்டிருக்கிறேன்...

அழியாவனம்

மாறாத பெருங்கனவாய்,உலகெலாம் நிறைந்த ஓருருவாய் ஓங்கி உயர்ந்திருந்த சந்தன மலைக்குன்றுகளில் சீறிப் பாய்கிறது தமிழ்நாடு வனத்துறை என்று பொன்னெழுத்துகள் மின்னும் ஜீப்.. தூயகாற்றில் முடி கலைய அமர்ந்திருக்கிறான் கார்த்திகேயன்.

சாலையின் இருபுறமும் அடர்ந்த மலைச்சரிவுகள்.ஆனி மாதக்காற்றில் இன்னும் ஈரம்.பொன்னிற மலர்கள் கவிந்த கரிய வேங்கை மரங்களும்,, பசிய இலைகளுடன் புங்க மரங்களும்,அகன்ற சொரசொரப்பான இலைகளுடன் தேக்கு மரங்களும், பசுங்குடைகளான நெட்டிலிங்க மரங்களும்,சிறகுகள் போன்று சிதறும்' பூக்களும், காய்ந்த காய்களின் சலசலப்புகளுமாய் தூங்குமூஞ்சி மரங்களும், கிளைகளெங்கும் கனிகளுடன் நாவல் மரங்களும்,மஞ்சள் நிற உருண்டைப் பழங்களுடன் எட்டி மரங்களும்,அடர்ந்த சிறிய இலைகளுடன் காட்டு நெல்லி மரங்களும்,மஞ்சளும் சிவப்புமான பூக்களுடன் பூவரச மரங்களும் அடர்ந்து காட்டுக்கொடிகளால் தழுவப்பட்டு மாய உலகை உண்டாக்குகின்றன.சின்னஞ்சிறிய செடிகளும்,புதர்களும்,பாசி மணமும்,சேற்றின் வாசமும் அக்கானகத்தின் அடர்த்தியை நோக்கி எவரையும் ஈர்க்கும் ஆற்றல் கொண்டவை.

பல சிறிய குன்றுகளில் நீர் கசிந்து சிறிய அருவிகளாய் மின்னுகின்றன.கரும்பாறைகளின் காக்கைப்பொன் துகள்கள் மின்னி வண்ணங்களைத் தெறிக்கின்றன.

''இந்த மலை கூட நல்லாத்தான் இருக்கு.''

'' ஆகஸ்ட் மாசம் இங்க கோடைவிழா சார்.அதுக்குள்ள மழ வந்து இன்னும் நல்லாயிடும்'' டிரைவர் கமலக்கண்ணன் பதில் கூறுகிறான்.

'' கோயமுத்தூர்ல தான் எனக்கு அப்பாயின்மெண்ட்.அங்க நெறய அருவி இருக்கும்..''

டொக்...டொக்...என்ற சத்தத்தில் விழித்தவன் பார்த்தது ஆடுகளுடன் இயேசு பாறைமீது அமர்ந்திருக்கும் அந்த ஓவியத்தை.ஐரோப்பியர் கால பங்களா அது.நாகரீகமும்,பழமையும் இணைந்து அதன் கம்பீரத்தை அறிவிக்கின்றன.பழைய ஆயில் பெயிண்ட் ஓவியத்தில் ஏசுவின் உடைகளின் மடிப்புகளும், பாறைகளின் சாம்பல் வண்ணமும்,புற்களும்,நீல நிற வானமும் காண்பிக்கப்பட்ட நுண்மம் வரைந்தவனின் கைகளை உணரவைக்கின்றன. நீண்ட தேக்கு உத்திரங்களும்,கண்ணாடிச் சாளரங்களும்,திரைச்சீலைகளுமாய் அறை மனதை நிறைக்கிறது.சன்னலின் வெளியே கொடுக்காப்புளி மரத்தை கொத்திக்கொண்டிருந்த மஞ்சளும் சிவப்பும் கருமையும் கலந்த மரங்கொத்தியைப் பார்க்கிறான்,சிறகசைவுடன் பறக்கிறது.

பங்களாவின் முன்புறம் வந்து நிற்கிறான்.பாதிவரை மண்ணில் சரித்து புதைக்கப்பட்ட செங்கல்கள் முக்கோண வடிவில் நீண்ட பாதையின் இருபுறமும் தெரிகின்றன.அரக்கு வண்ணமும், பலவண்ணக் கலவைகளுமான குரோட்டன்ஸ்களும்,செழித்த ரோஜாச் செடிகளும்,சிறிய இதய வடிவ பசுமையும், சிவப்புமான சேம்பிலைகளும் அவ்விடத்தை ரம்யமாக்குகின்றன.

வலப்புறமாய் நடக்கிறான்.பருத்த அடிமரமும்,விழுதுகளுமாய் படர்ந்திருக்கிறது அந்த ஆல விருட்சம்.காலைப் பொன்னொளியில்

சாம்பல் வண்ண மேடுபள்ளமான அடிமரமும்,அதில் ஊரும் எறும்புகளும் மினுக்கின்றன. அந்த வண்ண விழுதுகளின் அடிப்புறங்களில் இளஞ்சிவப்பு வேர்கள் அசைகின்றன.மரத்தில் அடர் பசுமையும்,பளீர் வண்ணமுமாய் செழித்த இலைகளும்,சிவந்த தளிர்களும்,அவற்றின் நடுவில் இரத்த சிவப்பான பழங்களும் நிறைந்துள்ளன.பறவைகளின் ஒலிகள்.அணில்களும்,ஓணான்களும் மரமெங்கும் ஓடுகின்றன.கீழே பழங்களும்,சருகுகளும் சிதறிக்கிடக் கின்றன.

மரத்தினடியில் சென்று

என்வீடு

அமர்ந்திருக்கிறது...,

தேவதேவன் இப்படி அனுபவித்துத்தான் எழுதினாரோ..

மஞ்சள் வண்ண ஜேசிபி தன் கரங்களை கரும் மண்ணில் புதைக்கிறது.கருப்பும் பழுப்புமான மண் குவியல்களிடையை மனிதர்கள் சிறிய உருவங்களாய் அசைகிறார்கள்.அந்தப் பெரிய ஏரியின் பரப்பு மண்ணைத் தோண்டத்தோண்ட இன்னும் பிரம்மாண்டமாய்த் தெரிகிறது.சேற்றின் வாசமும்,பச்சை வேர்களின் மணமும் எங்கும் பரவுகின்றன.

‘சார் ஏரியப் பாத்துட்டு நாம்ப பால்ஸ்க்கு போவணும்.அங்கயே கானாங்குப்பம் பீட் பாக்கணும்’ கமலக்கண்ணன் சொல்லச்சொல்ல தலையசைக்கிறான் கார்த்திகேயன்.

‘சார் இங்க டவர் சரியா இருக்காது அப்டி போய் பேசுங்க...’

பீமன் அருவி பெயர்ப்பலகையை பார்த்தவாறு நடக்கிறான்.

‘எத்தன சந்தன மரம் இருக்கு?’ பாரஸ்டர் வேணுவைக் கேட்கிறான்.

சார் மூணு இருக்கு.புங்கனூர் காட்டுல சின்ன மரம்.,நெல்லியூர்ல

பீட்லயே ஒண்ணு சார்.அதுவும் சிறுசுதான்.தேக்கனூர்ல தான் சார் பெரிய மரம் இருக்கு.ரெண்டாளு கைகோத்தாதான் மரத்தைப் புடிக்க முடியும்.அங்க ரெண்டு வாச்சர் இருக்காங்க சார்.''

ஜீப் அருவி இருக்கும் பகுதிக்குள் நுழைகிறது.இறங்கி நடக்கிறார்கள்.பாறைகளெங்கும் நீரோடியத் தடங்கள்.உயர்ந்த மரங்கள்.காட்டுக் கொடிகள்.

''இது தான் சார் மெயின்.மழ பேஞ்சா இங்க வரவே முடியாது.தண்ணி போர்சா போவும்.''

மெல்லிய பச்சைநிற நீர் பாறை மேலிருந்து கொட்டுகிறது.பாசி படர்ந்திருக்கிறது.உயரமான செந்நிற ,மண் வண்ண பாறைகளைக் காண்கையில் காலங்களைத் தாண்டி வந்துவிட்டதைப் போன்று உணர்கிறான்.பாறைகளின் இடையில் வேர்கள் தெரிகின்றன.

திரும்பி வரும் வழியில் கரும்புத் தோட்டங்கள்.மேகங்களாய் நீள்கின்றன. கரும்புப் பூக்கள்.வெல்லம் காய்ச்சும் மணம்.வேணு வண்டியை நிறுத்தச் சொல்கிறான்.

சார் கரும்பு காச்சறது நல்லா இருக்கும் சார்.

கரும்புகளில் புகுந்து மறைகிறான் கமலக்கண்ணன்.

பச்சைமிளகு கலந்த வெல்லப்பாகு நன்றாகவே இருந்தது. இனிப்பின் மணம் திகட்டுகிறது.

கார்த்தியால் குடிக்க முடியவில்லை.போதும் என்று தந்து விடுகிறான்.கமலக்கண்ணனும்,வேணுவும் சொம்பு நிறைய கரும்புச் சாற்றைக் குடித்து விட்டு பாட்டிலில் ஊற்றி எடுத்துக் கொள்கிறார்கள்.

2

‘கோடவிளாதான் கரீட்டான டைமு.ராவுல பாட்டுக் கச்சேரிக்கு அல்லாரும் பூடுவாங்க.பேட்டரி ரம்பம் கொணாந்தா ரண்டு அவுர்ல மிடிஞ்சுடும்... ஜெய் சொல்லச்சொல்ல காளி கேட்டுக் கொண்டிருக்கிறான்.

காளியின் வீடு அந்த ஊரிலேயே வளமிக்கதாய் தோன்றுகிறது. வீட்டின் முன்னே கார்,சுமோ,யமஹா என்று வாகனங்கள்.புதிய டைல்ஸ்களும் உயர்ந்த கதவுகளுமாய் வீடு தெருவையே சிறிதாக்குகிறது.காளி தலைமுழுக்க வெண்ணிற மயிர்களுடன் பெரிய மனுச அலங்காரங்களுடன் செயினும் வாச்சுமாயிருக்கிறான்.

‘‘ஆசா(ஆயா) இவுரு இந்தக் கட்டத் தொழில உடவே மாட்டாரா?’’ சீட்டையிடம் சீறுகிறான் கிருஷ்ணன்.

‘‘சொன்னா கேக்குற ஜென்மமா அது’’ கழுத்து முழுக்க நகைகளும் விலையுயர்ந்த சேலையுமாய் சலித்துக் கொள்கிறாள் சீட்டை.

காளிக்கு சாப்பாடு போடும்போது பேரனின் கோபத்தைச் சொல்லுகிறாள் சீட்டை.

நீ மூடினு இருடீ.இவனுக்கு இன்னா தெரியும்?கட்டிக்கத் துணி இல்லாத,கூழ்த்தண்ணி இல்லாத கடந்தயே உனுக்கு கூடவா

தெரியல?சந்தனக் கட்ட துட்டுதான்டீ இந்த வூடும் ,நகையும், பணமும். இவம் படிச்சது எந்துட்டுல தான்.இன்னாடீ பண்ண மிடியும்?

''புச்சா வந்துக்கிற ரேஞ்சரு கார்த்திகேயன் ரெம்ப தகிரியமா பேசறாராம்.ரோடல்லாம் கரிட்டா போடணும்னு எஸ்எம்.சிவாஜிய நிறத்தனறாமே.

டேய் ,எஸ்.எம் . நாப்பது வரசமா மலயில காண்ட்ராக்டர்.இவர மாறி எத்தன ஆபீசருங்களப் பாத்திருப்பான்.

இல்லடா, இவுரு கோயம்புத்தூர்லயே இப்டித்தான் இருந்தாராம்.அதான் இங்க தூக்கி அடிச்சிட்டாங்க.தார் ஊத்தறத நிறுத்தச்சொல்லிட்டாராம்.காட்டுல எவனும் கை வைக்கக் கூடாதுன்னுட்டாராம்.

கெண்டியும்,மெய்யப்பனும் பேசிக்கொண்டிருந்ததைக் கேட்ட கிருஷ்ணனின் புருவங்கள் நெறிகின்றன.

''பதனாறு கிலவு வோணும்.குயிக்கா எடுத்தா.மண்ட வெல்லந்தான் பாவு அம்புடும்.''

'' கெண்டி நீ வேலயத் தொடங்கு.சரக்கு வந்துடும்.''

பொன்னிறத் திரவம் நிரப்பிய புட்டிகளில், சந்தன மலைத்தேன் தூயது புதியது என்ற லேபிள்களை ஒட்டிக்கொண்டிருக்கும் பெண்களை

'' சீக்கறம் முடிங்க கோடவிளாவுக்கு ஆயிரம் பாட்டில் வேணும் என்று விரட்டுகிறான் ரூபன்.சுருண்ட முடியும் கரிய பெரும் உருவமுமாய் வண்டியை எடுக்கும் அவனையே பார்க்கிறான் கெண்டி.

''கோடவிளா வந்துட்டா ரூபனுக்குத் தான் வரும்புடி. வெல்லத்தக்காச்சி பாட்டுலு பாட்டுலா விக்கறான்.புளி,சாமன்னு அல்லாத்தையும் டபுள் வெலைக்கி துட்டாக்குறான்..

''டே கெண்டி தே...மவனே நீ வேலயப் பாருடீ.காதுல கேட்டா தொலச்சிடுவான்'' மெய்யப்பனின் அதட்டலுக்கு தாடியைத் தடவியவாறு கெக்கலிக்கிறான் கெண்டி.

அவன் வயதைக் கணிக்க முடியாத தேகம்.தலைமயிரிலும், தாடியிலும் நரை முடிகள் மின்னுகின்றன.'டேய் இந்த மலயில எத்தினி பேரப் பாத்துருப்பன். அவன் எங்கட்ட எதுவும் வச்சிக்க மாட்டான் தெரியுமா.உனுக்குப் பாயனூரு உசாளத் தெரியிமா? இப்டியாப்பட்ட துட்டல்லாம் அம்மாறித்தான்டீ போவும்.மனா அவ காலப் புடிச்சிகினு இவன் அளறத நீ பாக்கலியே...

லேபிள் ஒட்டிக்கொண்டிருந்த வள்ளியக்காவும்,தாயுவும் வாயைப் பொத்திச் சிரிக்கிறார்கள்.வெல்லப் பாகின் இனிப்பு வாசம் அப்பிரதேசமெங்கும் பரவுகிறது.

✸

சாலைகளெங்கும் புதிதாய் மின்னும் தார்,இடையிடையே வெண்ணிறப் பட்டைகள்....ஏரியைச் சுற்றிலும் அலங்கார மின் விளக்குகள்,பழைய பூங்காவின் சுற்றுச்சுவர்களில் வனத்துறையின் புதிய பச்சைவண்ண பெயிண்ட்,மேற்குப்புற மைதானமெங்கும் புதிய ஸ்டால்கள் அமைக்க தகரங்கள்,கம்புகள்,வியாபாரிகளின் சுறுசுறுப்பு.பெண்கள் வீடுகளைச் சுத்தம் செய்கிறார்கள்,ஊரிலிருந்து கல்யாணம் பண்ணிக்கொண்டு சென்ற பெண்களுக்கெல்லாம் அழைப்புகள்.,மச்சான்களும் மாமன்களும் உற்சாகமாய் தயாராகிறார்கள்..,

போனமுற ''திருமதி குமார் ஆராதனா வந்தா,இந்த முறை சுபமுகூர்த்தம் அகிலேசும்,சரண்யாவும் வராங்களாமே''

ஊரெங்கும் கோடைவிழா எதிர்பார்ப்புகள்....

3

"மிஸ்டர் கார்த்திகேயன் நீங்க ஸ்ட்ரிக்டா ஆக்ஷன் எடுங்க.எல்லாம் சரியா நடக்கும்.டி எப் ஓ மதிவாணன் சொல்லவும் 'எஸ் சார்' என்று சல்யூட் அடிக்கிறான்.

இருக்குற சந்தன மரங்கள கட்டாயம் காப்பாத்தணும்.கோடைவிழா ஏற்பாடு எல்லாத்தையும் பாத்துக்கோங்க.காண்ட்ராக்டருங்க அப்படித்தான் பேசுவாங்க.நீங்க கரெக்டா செய்ய வைங்க..

அவரிடமிருந்து விடைபெற்று வருகிறான்.

'இன்னிக்கு நெல்லியூர் காட்டுக்குப் போகணுமே. டிரைவர் இல்லன்னா பரவால்ல, நானே போறேனே.

சார், செக் டேம் பக்கம் யான இருக்குன்னு சொல்றாங்க.

அதெல்லாம் பரவாயில்ல. நான் ஜீப்ல தான போறேன்.'

செம்மண் சாலையில் புழுதியைக் கிளப்பியவாறு ஜீப் சீறிச் செல்கிறது.வழியிலுள்ள சில வீடுளையும் பள்ளிக் கட்டிடங்களையும் தாண்டிச் செல்கிறது.பாதை ஓரங்களில் வரிசையாய் தேக்கு மரங்களும் சில்வர் ஓக் மரங்களும் வனத்துறை பராமரிப்பில் நிற்கின்றன. காட்டிற்குள் சிறிது தூரம் சென்றதும் வண்டியை நிறுத்தி இறங்குகிறான் கார்த்திகேயன்.

அடர்ந்த கரும்பச்சை இலைகளின் மறைவுகளில் காட்டு நெல்லிக்காய்கள், சிறிது தூரத்தில் மூங்கில் புதர்கள் தெரிகின்றன. பிற்பகல் வேளையில் எங்கோ கூவும் அக்கோவ் குருவியின் சத்தத்தைத் தவிர வேறு ஒலிகளின்றி நிசப்தமாய் இருக்கிறது.மெல்லிய காற்றும், இலைகளின் அசைவுகளும் அவ்விடமே கனவுமயமாய்த் தோன்றுகிறது. சிறிய செடிகளெங்கும் சிவப்பு மலர்கள்.மரங்களின் நிழல்களைத் தாண்டி மூங்கில்களை நோக்கிச் செல்கிறான்.பசும் சேற்றின் மணம்,நீரோட்டத்தின் மெல்லிய ஒலி.இடப்புறம் திரும்பி நடந்தால் கரிய நீரோடும் கால்வாய் தெரிகிறது.சிறிய மீன்கொத்தி ஒன்று பறக்கிறது. வலது புறம் திரும்பினால் மாபெரும் மூங்கில் புதர் .கார்த்திகேயன் வியப்புடன் கண்கள் மலரப் பார்க்கிறான்.

பச்சை வண்ண மூங்கில்கள், சற்று மஞ்சள் கலந்த பெரிய கழிகள், மெல்லிய கழிகள் என அடர்ந்துள்ளன.அடிப்புதர் மட்டுமே அரை ஏக்கர் இருக்கும் என்று எண்ணுகிறான்.கூரிய முட்களும்,மூங்கில் இலைகளும், குருத்துகளும்,காய்ந்த சருகுகளும் இணைந்து அவ்விடம் இன்னும் வளமையாய்த் தெரிகிறது.மூங்கில்கள் உரசும் கிரீச்சிட்ட ஒலி மாறி மாறித் தேய்கிறது. செம்மஞ்சளும், மண்வண்ணமும் கலந்த சிறிய குருவிகள் கூட்டமாய் புதரிலிருந்து பறக்கின்றன. கீரி போன்ற சிறிய பிராணி ஒன்று மூங்கில்களில் ஏறி மறைகிறது. சருகுகளை மிதித்தவாறு நடக்கிறான்.காலடியில்.. அசைவினை உணர்ந்து நோக்கினால் மூங்கில் தடிமனில் மஞ்சளும், கருமையுமான பாம்பு ஒன்று விரைகிறது.அது மறையும் வரை பார்க்கிறான்.மனதில் ஏதோ ஒரு பதற்றம்,அச்சம்.

வேகமாய்ப் புதர்களைத் தாண்டி மறுபுற புல்வெளிக்கு வருகிறான்.மரங்களிலிருந்து குரங்குகள் ஓடுகின்றன.அதன் பிறகே அங்கே யாரோ இருப்பதை உணர்ந்து பார்க்கிறான்.

கையில் புத்தகத்துடன் அமர்ந்திருக்கிறாள்.திரும்பி இவனைப் பார்த்து எழுந்து நிற்கிறாள்.துப்பட்டாவைச் சரி செய்கையில் அவள் காதணிகள் அசைந்தாடுகின்றன.

உயரமாய்,கலைந்த சிகையுடன்,கூரிய விழிகளும் முடியடர்ந்த கைகளுமாய் நிற்கும் அவனை அச்சமின்றிப் பார்க்கிறாள்

‘நீங்க யாரு?

எங்க வீடு நெல்லியூர் சார்.எக்சாமுக்குப் படிக்க வந்தேன்.ஜீப் சத்தம் கேட்டுச்சி.போய்ட்டீங்கன்னு நெனைச்சேன்.

என்ன பாத்திருக்கயா?

தெரியும் சார். புதுசா வந்த ரேஞ்சர்னு எல்லாரும் பேசிக்கறாங்க. ஜீப்ல போறப்ப ஊர்ல பாத்தேன்.

மெல்லிய உடலும் கரிய விழிகளும் அலையும் கேசமும்.... சிறுமிக்கும் குமரிக்கும் நடுவிலிருக்கிறாள்.அவளைக் கவனித்தவாறு கடந்து செல்கிறான்.

மறுபுறம் தெரியும் செக்டேமைச் சென்று பார்க்கும் நோக்கத்துடன் சென்றவன் அவள் பார்வையிலிருந்து மறைகிறான்.புல்வெளியின் முடிவில் நுணா மரங்களும்,ஆலமரங்களும் அடர்ந்திருக்கின்றன. அவன் சென்றதும் அமர்ந்து கொள்கிறாள்.

சத்தம் கேட்டுத் திரும்பிப் பார்க்கிறாள்.அவன் ஓடி வருகிறான்.

‘யான..,யானக் கூட்டமா அந்தப்பக்கம்’ மூச்சிரைக்க நிற்கிறான்.

அய்யோ...என்னா பண்றது? இருவரும் அச்சத்தில் நிற்கின்றனர்.மூங்கில் புதரின் அருகில் ப்பாம் பிளிறல் ஒலி கேட்கிறது.திரும்பினால் யானையின் தும்பிக்கைத் தெரிகிறது. இருவரும் நீரோடைக் கரையில் ஓடி மேட்டை அடைகின்றனர்.

‘‘ ஜீப் அந்தப் பக்கம் இருக்கு.போக முடியாதே’’...அவன் குரல் அதிர்கிறது.

‘‘சார் அந்த மரத்த தாண்டிப் போயி நிக்கலாம்.காத்து இப்பிடித்தான் அடிக்குது.அந்தப்பக்கம் வராதுங்க’’.

இருவரும் வேகமாய் அந்த மேட்டைத் தாண்டி பெரிய நீர்மத்தி மரத்தின் பின்புறம் செல்கின்றனர்.

அங்கிருந்து திரும்பி பள்ளத்தைப் பார்க்கின்றனர்.

இரண்டு யானைகளும்,ஒரு குட்டியும் மூங்கில்களை நோக்கி வருகின்றன.பெரிய யானையின் உடலிலும் தந்தத்திலும் மண் .சில இடங்களில் பாசியின் பச்சை.குட்டியின் உடலெங்கும் சேறு.மூங்கிலின் குருத்துகளை வளைத்து வாய்க்குள் திணிக்கின்றன.

கரிய பெரும் உருவங்கள் அசைவதை இருவரும் உயிர் பயத்துடன் பார்க்கிறார்கள். அவள் மூக்கிலும்,நெற்றியிலும் பொங்கும் வியர்வைத் துளிகளைப் பார்க்கிறான்.

அவளும் பதற்றமான பார்வையுடன் நோக்குகிறாள்.அவனுடைய சிவந்த காது மடல்களும்.மீசையின் அடர்வும்,கழுத்தின் துடிப்பும் தெரிகிறது.

அவள்கைகளைப்பற்றிக்கொள்ளஎண்ணுகிறான்.ஆனால்செய்யவில்லை.

குட்டி யானை அவசரமாய் மூங்கிலைத் தின்கிறது.நீரில் இறங்குகிறது. அவனுக்கு மிக அருகில் வந்து நின்று கொள்கிறாள். யானைக்குட்டி நீரைக் கலக்குகிறது.பெரிய யானைகள் நிதானமாய் இளம் மூங்கிலை வளைக்கின்றன.

பெரிய யானை தும்பிக்கையை நீட்டி கீழேயுள்ள புற்களைத் துழாவுகிறது. இரண்டும் எவ்வளவு நேரம் தின்றனவோ தெரியவில்லை. இருவரும் அசையாமல் நிற்கின்றனர்.

இரண்டு பெரியக் களிறுகளும் ஓடையின் கரையில் நின்று கலங்கிய நீரை அருந்துகின்றன.குட்டி யானை இவர்கள் இருக்கும் திசைநோக்கி நீரில் வருகிறது.அவள் நெஞ்சில் கைவைத்துக் கொள்கிறாள்.

பெரிய யானைகள் இரண்டும் பள்ளத்தை நோக்கித் திரும்புகின்றன. நீரிலிருந்து எழுந்த குட்டியும் அவைகளைத் தொடர்கிறது. வால்கள்

அசைவது அவ்வளவு பெரிய உருவங்களின் அச்சத்தை விட விளையாட்டுத் தனமே இருப்பதாய் தோன்றுகிறது.

அவை பள்ளத்தில் மறைகின்றன.

அம்மாடி... இருவர் முகத்திலும் சிரிப்பு. அவன் ஜீப்பை நோக்கிச் செல்கிறான். அவள் தயங்கி நிற்கிறாள்.

திரும்பிப் பார்த்தவன் 'வாங்க ஜீப்ல போயிடலாம். யானயப் பாத்துட்டு இங்கயே தனியா இருப்பீங்களா?'

அவள் சிரிப்புடன் ஓடிவந்து ஏறிக்கொள்கிறாள்.

சாலைக்கு வந்த பிறகே கார்த்திகேயனுக்குத் தப்பித்த உணர்வு வருகிறது.

"காட்டு யானைங்கள இப்டி பக்கத்துல இப்பதான் பாத்தேன்."

"நீங்க மட்டும் இல்லன்னா அவ்ளோதான் சார்."

" உன் பேரென்ன?"

"ஐடா."

அன்றிரவு பங்களாவில் படுத்திருந்த கார்த்திகேயனுக்கு அச்சத்தில் மருண்ட அவள் விழிகளும், காதில் ஆடிய குழைகளும், கன்னத்தில் மின்னிய சிவந்த பருவும், நெற்றியின் வியர்வைத்துளிகளும் மனதில்.....

'செக் டேம் தண்ணியத் தொறந்திட்டோம் சார். சாயங்காலத்துக் குள்ள ஏரி நெறஞ்சிடும்.'

கரிய பள்ளமாய், பிரம்மாண்டமாய்த் தெரியும் ஏரியின் மதகுகள் வழியே நீர் வேகமாய் வருகிறது. சேறும் மண்ணும் கலந்த புது மழை வாசம் அவ்விடத்திற்கே கொண்டாட்ட மனநிலையைத் தருகிறது.

ஏரியில் நீர் நிறைவதைக் கரையிலே நின்று எல்லோரும் வேடிக்கை பார்க்கிறார்கள். கமலக்கண்ணன் வந்து "சார் நாம போயி பார்க்

வேலையப் பாத்துட்டு கெஸ்ட் அவுசுல மினிஸ்டர் ரூம் அரேஞ்மண்ட் செக் பண்ணனும்'' என்கிறான்.

சிவந்த நீரில் அடித்துக் கொண்டு வரும் இலைகளைப் பார்த்தவாறு நின்றிருந்த கார்த்தி அவனுடன் நடக்கிறான்.வேடிக்கைப் பார்க்கும் கூட்டத்தில் அவள் முகம் தெரிகிறது.அவளும் பார்த்துவிட்டு புன்னகைக்கிறாள்.

அவளைக் கடந்து செல்கையில் ''காலேஜ் போகல?'' என்கிறான்.

'' இன்னிக்கு லீவு. தாங்க் யூ சார் என்று முகம் முழுக்கச் சிரிப்புடன் சொல்கிறாள்.''

அன்று முழுவதும் அவள் புன்னகைத்தவாறே இருக்கிறாள்.

நூறு வரசம் இருக்கும்னு சொல்றாங்க சார் .ரெம்ப சக்தியான கோயிலு சார்.

கோபுரத்தின் மீது பறவைகள் பறக்கின்றன. கார்த்திகேயன் பிள்ளையாரை வணங்கிவிட்டு உள்ளே செல்கிறான்.மண்டபச் சுவர்களில் நடன முத்திரைகள்.இரு கரங்களையும் தாமரை போன்று கூப்பி இடை ஒடிந்து கால்கள் நளின அசைவில் நிற்கும் நடனப் பெண்ணின் உடையின் விசிறி மடிப்பு தெரிகிறது.

சுவர்களெல்லாம் எண்ணெய்க் கறைகளுடன் சக்கரம்,மயில் அன்னம் போன்ற உருவங்கள்.யானையின் மீதுவேலை உயர்த்தியவாறு அமர்ந்துள்ள வீரனைப் பார்க்கையில் இவன் நூறு ஆண்டுகளுக்கு முன் இருந்திருப்பானோ என்று எண்ணிக் கொள்கிறான்.

நடையைச் சுற்றிச் செல்கையிலே அவை மண்டபச் சுவரில் சிம்மாசனத்தில் அமர்ந்திருக்கும் தர்மனையும் அவனைச்சுற்றி நிற்கும் தம்பிகளையும் பார்க்கிறான்.பீமனின் பருத்த தோள்களும் கதையும்,அர்ச்சுனனின் வில்லும் கூரிய விழிகளும் சிற்பியின் நுட்பத்தைக் காண்பிக்கின்றன.

யுதிஷ்ட்ரா... தர்ம தேவனே நீயும் இப்படித்தான் அரசாண்டாயா? மாறாஅறமே உலகின் நீதி என்பவனே... இப்படி லஞ்சத்தையும், இயற்கையை அழிக்கும் பாதகங்களையும் நீ எப்படி எதிர்கொண்டிருப்பாய்? எல்லாத் தீமைகளையும் அழிக்கும் வலிமையை அளிப்பாயா பார்த்தனே?உன் தோள் வலுவைத் தருவாயா பீமசேனனே... உம் நுண்ணறிவைப் புரவியின் வேகத்தை அளிப்பீர்களா நகுல சகாதேவர்களே...

கருவறையை நோக்கிச் செல்கிறான். கற்பூரம், குங்குமம், மஞ்சள், விபூதி, துளசி, சாமந்தி என்ற கலவையான தெய்வீக மணம்.அன்னை பச்சைப்பட்டில் அலங்காரமாய் அமர்ந்திருக்கிறாள்.தொங்கும் குத்துவிளக்குச் சர தீப ஒளியும்,நியான் விளக்குகளும்,கற்பூர ஆரத்தி தீபமும் சேர்ந்து கருவறையே ஒளியால் நிறைந்திருக்கிறது.

அன்னை காளியின் குழலும்,அவள் தீர்க்கமான விழிகளும், செரிவான நாசிகளும், இதழ்களின் புன்சிரிப்பும்,நானிருக்கிறேன் என்று அவள் அமர்ந்திருக்கும் தோரணையும்,விரல்களின் நளினமும் கார்த்திகேயனைச் சிலிர்க்க வைக்கின்றன.அவன் உடலும் மனமும் அவள் சந்நிதியில் லேசாகின்றன.

அம்மா... குரலடைக்கிறது.

யாதுமாகி நின்றாய் காளி!

எங்கும் நீ நிறைந்தாய்

தீது நன்மையெல்லாம் காளி!

தெய்வீக லீலையன்றோ

போதுமாகி நின்றாய் காளி

துன்பம் நீக்கி விட்டாய்

இப்படித்தான் காளியின் சந்நிதியில் அந்த மகாகவி நின்றிருப்பானோ... அன்னையே தீமைகளைக் களையும் மன வலுவைத் தா..

நெற்றியில் நீருடன் வெளியில் வருகிறான்.கோவில் கோபுரத்திலும், முன்புறத்திலும் நீலவண்ணக் குழல்விளக்குகள் ஒளிர்கின்றன.

‘சார் கோயிலுக்கெல்லாம் போவீங்களா?

அவளைப் பார்த்து சிரித்தவாறு ஆமென்று தலையசைக்கிறான்.

இருள் கவியும் வேளையில் குழல்கள் கலைந்து அசைய அவள் நிற்பது ரசமாய் தோன்ற என்ன படிக்கிற என்கிறான்.

பிகாம் பர்ஸ்ட் இயர். சகாய மேரி காலேஜ்’

‘‘சார் சந்தனக்கட்ட காளியோட பொண்ணு வயித்துப் பேத்தி சார் இது.அது அம்மா இஸ்கோல் படிக்கறப்ப வேதக்கொயில்ல சேந்துடிச்சி.இவுங்க சீயனுக்கு இந்தக் கொயில்ல பட்டங்கட்ற பாத்தியத கீது சார்.’’

கமலக்கண்ணன் சொல்வதைக் கேட்டுக்கொண்டே, நடந்து செல்லும் ஐடாவைப் பார்க்கிறான்..

ரேஞ்சர் சார்! நீங்க இப்பிடி கண்டிசனா பேசனா எம்பொழப்பு இன்னாவுறது சார்.இந்த மல மேல செங்கல்,சிமெண்ட் எலெலாம் எடுத்துனு வர்ரதே டபுள் செலவு சார்.தாரெல்லாம் அவ்ளோதான் ஊத்த மிடியும் சார்.மினிஸ்டருக்கேத் தெரியும்.எப்டி கவனிக்கணுமோ அப்டி கவனிக்கறேன் சார். எம்.ஆர்.குழைகிறான்.

‘சார், தேனல்லாம் இப்ப இல்ல சார்.இப்பிடி மொலாசக் கலந்தாத்தான் எனுக்கு கட்டுப்பிடி ஆவும்.ராம் சாருக்குப் புது வண்டி நாந்தான் வாங்கித் தந்தேன் .அவுருக்கு எல்லாம் நான் ஏற்பாடு பண்ணுவேன் சார் . ரூபன் கண்ணடிக்கிறான்.

கார்த்திக்கு பேசாமல் ஓடிவிடலாமா என்று தோன்றுகிறது.

4

(முப்பதாண்டுகளுக்கு முன் சாதாரணமாய் இருந்த காளி சந்தன மரங்களை வெட்டும் மண்ணுவுடன் கட்டை வெட்டும் கூலியாய் இணைந்தான்.அதன் பிறகு அவனே தனியாய் வெட்டத் தொடங்கினான்...

நிலவொளியில் நீர் சுழித்தோடும் மண்ணாற்றில் கட்டைகளைத் தூக்கிப் போடுகிறார்கள்.)

பூச்சி! வெறும் சந்தனக்கட்டய நம்பி இருக்க மிடியாது.தேக்க மரமும்,இருவுடியும்,மஞ்சாக் கடம்பையும் கேக்கறான். ஆத்து வழியாப் போட்டா கண்டுக்கறது பாரஷ்டுகாரனுக்கு கஸ்டம்.

செரி காளி...நான் எம்மச்சானையும் கூட்டிக்கறன்.

காளியப் பாத்தியாடா.ராவுல வேல செஞ்சே துட்ட வூடு முழுக்கா பொதச்சி வச்சிருக்கான். நாம்பளால வெட்ட மிடியாதா., காட்டில் பல குழுக்கள் தோன்றுகின்றன.அப்பெரும் காடும் மலைத் தொடரும் பெரும் பொக்கிஷங்களாய் வைத்திருந்த வளங்களை,மரங்களை மானுடப் பேராசை அழிக்கத் தொடங்கியது.ஆனாலும் வனம் அவர்களுக்கு ஈடு கொடுத்தது.பல நூறு ஆண்டுகள் இயற்கை வளமல்லவா??

காளியின் மூத்த மகள் சஞ்சலா ,வேதக்கோயில் என்று அவர்களால் அழைக்கப்படும் கிறித்தவ மிஷ்னரி விடுதியில் தங்கிப் படிக்கிறாள்.

வியாகுல மாமரியே தியாகத்தின் மாதாவே

சிலுவையினடியினிலே சிந்தை

நொந்தழுதாயோ

கண்ணீர் சிந்திய மனிதருக்கு

அருள் பண்ணிய திருமகனே

சஞ்சலாவிற்கு கண்ணீர் பெருகுகிறது.கையில் பாலகனுடன் புன்னகைக்கும் விண்ணரசி மாதாவையேப் பார்க்கிறாள்.அவள் மனதின் துக்கங்கள் கரைகின்றன.அவள் இதுவரை இப்படி உருகிப்பாடி சாமி கும்பிட்டதில்லை.இவ்வளவு நெருக்கமாய் தெய்வத்தைக் கூப்பிட்டதுமில்லை.

அவளுக்கு வேதக்கோயில் பாடல்களும் ஜெபங்களும் மனதிற்கு நெருக்கமாகின்றன.ஆஸ்டலில் மற்ற பிள்ளைகளை விட அவளே ஆலயப்பணிகளில் உற்சாகமாய் பங்கேற்கிறாள்.

‘கர்த்தர் என் மேய்ப்பராயிருக்கிறார்.நான் தாழ்ச்சியடையேன்.

அவர் என்னைப் புல்லுள்ள இடங்களில் மேய்த்து அமர்ந்த தண்ணீர்களண்டையில் கொண்டு போய் விடுகிறார்’

அவள் மனம் சாந்தமுறுகிறது.கடவுள் மேய்ப்பனாய் மாறுவது எத்தனை அற்புதமான கணம்.பயமுறுத்தாமல் பலி கேட்காமல் கண்ணைக்குத்திடுவேன்னு மெரட்டாமல் ஒரு நண்பனைப் போல் தகப்பனைப் போல் அரவணைக்கும் அன்பு அவளை ஈர்க்கிறது.

புல்லுள்ள இடமும் ,அமர்ந்த தண்ணீரும் அவள் கண்முன்னே விரிகின்றன. ஏசுவின் மாறாத அன்பு அவள் வெறுமையை நிறைக்கிறது. கடவுளிடம் நேரடியாக அப்பா என்று அழைத்து என்

கண்ணீரை மாற்று,என் கூட வா என்று அழைப்பது அவளுக்கு மிகவும் பிடித்திருந்தது.

ஆடுகளை அரவணைத்திருக்கும் மேய்ப்பன் அவள் மனதிற்கு இணக்கமாகிறான். இதோ என் சரீரம், இது என் இரத்தம் என்று தன்னையே அளித்த மனுஷகுமாரனின் அன்பு பெரியதாய் தெரிகிறது. என்னை சாந்தப்படுத்த ரத்தகாவு குடு என்ற தெய்வத்தின் மீது அச்சமே கொண்டிருந்தாள்.

அன்பு மகளே! என்றழைக்கும் ஏசுவின் மெல்லிய தொனியை அவள் கேட்டாள். மனமுருகி

காலங்கள் மாறலாம்

கோலங்கள் மாறலாம்

உன் அன்பு என்றென்றும்

மாறாதய்யா

என்று பாடினாள்.

விடுமுறை நாட்களில் வீட்டில் முழங்காலிட்டு தலையில் துணி போர்த்தி ஜெபிக்கும் மகளை முதலில் விநோதமாகப் பார்த்தாள் சீட்டை.

வேதக்கோயிலுக்கு மாறப்போவதாய் சஞ்சலா கூறியபோது காளி உக்கிரமாய் வெட்ட வந்தாள்.அவள் அஞ்சவில்லை.காளியின் உதிரம் தானே அவள் உடலில் ஓடுகிறது.

சீட்டைக்குத் தெரியாமல் ஆஸ்டலுக்குச் சென்ற சஞ்சலா திரும்பவே இல்லை. அங்கேயே ஒரு பையனைத் திருமணம் செய்து கொண்டதாய்ச் சொல்லியனுப்பியிருந்தாள். சீட்டை நெஞ்சிலடித்துக் கொண்டு அழுதாள். வேதக்கோயிலுக்குப் போய் மண்ணைவாரித் தூற்றினாள்.சபித்தாள்.

காளியின் எந்த மிரட்டலுக்கும் வேதக்கோயிலும்,சாமியார்களும் அஞ்சவில்லை. குடித்துவிட்டு வந்து கதறிக்கதறி அழுதான் காளி. சீட்டையை, பிள்ளைகளை மாறி மாறி அடித்தான்.

''கம்சலா அரிவூட்டுக் கெல்யாணத்துக்கு வரியா?''

வெசாலக்கெளம பூட்டு செனிக்களம வந்துடலாம்.

''அம்மாந்தொலவு நடக்கணுமே. சாம வேற வெறைக்கணும். இத்தினி சோலிங்க கடக்குது,.''

''சர்தான் வாடீ.வேல என்னிக்குத்தான் இல்ல.மூணுஞ்சந்தைக்கு வந்து வெத்தல பாக்கு வசாங்க. சோத்த கட்டிகினு நடந்தா மதியானத்துக்கு தும்பக்காட்டுக்குப் பூடலாம்...''

மலைக்கு பஸ் வந்தபோது நடக்கும் தூரங்களெல்லாம் சுருங்கின. மாற்றங்கள் நிகழத் தொடங்கின.மாடு மேய்த்துக் கொண்டும் கெவுறு அறுத்துக் கொண்டும் இருந்த பிள்ளைகளை இஸ்கோலு டீச்சர்களும் வாத்தியார்களும் வருந்தியழைத்த காலம் மாறி இவர்களே பள்ளிகளுக்குப் பிள்ளைகளை துரத்தினர்.வயிசுக்கு வந்ததும் கட்டிக்குடுக்கும் பெண்குழந்தைகளைப் பள்ளிக்கு அனுப்புகிறார்கள். பலர் வேறு ஊர்களில் அரசு வேலைகளுக்குச் செல்கிறார்கள்.

வேதக்கோயில் பாதிரிகள் கல்லூரியும்,ஆசிரியப் பயிற்சிப் பள்ளியும்தொடங்குகிறார்கள்.கற்களை அடிக்கியது போல கட்டிய பெரிய மாதா கோயில், உச்சியில் வெண்கல மணியுடன் தோன்றுகிறது.

கடைகள் பெருகுகின்றன.தேனும் புளியும் பணமாகின்றன. நெல்லைச்சீமையிலிருந்து வந்த சாயுபுகளும் மரைக்காயர்களும் இங்கேயே வியாபாரங்களைப் பெருக்கி வீடுகள் கட்டுகின்றனர். அவர்கள் தொழுவதற்கு சிமெண்ட் தளமிட்ட பள்ளிவாசல் கட்டப்படுகிறது.

குடுமியும் தலைப்பாகையும் வயசானவர்கள் மட்டுமே வைக்கிறார்கள்.இளைஞர்களெல்லாம் கிராப் வைத்துக் கொண்டு சராய்கள் அணியத் தொடங்குகிறார்கள்.பெருமாள் குட்டாயில் பார்க்கும் படங்களில் வரும் ரஜினி கமல் போல பெல்பாட்டம் அணிய ஆசைப்படுகிறார்கள்.

பெண்களின் பின்கொசுவம் வைத்த சேலைக்கட்டுகள் மறைகின்றன. ஜாக்கிட் தைக்க கரீம் பாய் கடையை மொய்க்கிறார்கள். முரட்டுத் துணிகளில் அழுத்தமான சிவப்பு நீலம் பச்சை வண்ண சேலைகள் மறைந்துமெல்லிய நைலக்சும் பாலியஸ்டரும் நுழைகின்றன. தாவணிகளிலும் புடவைகளிலும் பிரிண்டட் பூக்களும் இலைகளும் அசைகின்றன.

காட்டின் பெருமரங்களெல்லாம் லாரிகளில் ஏற்றப் பட்டதால் வனத்தின் அடர்த்தி குறைகிறது.மண்ணாற்றில் குப்பைகளும் பிளாஸ்டிக்குகளும் நிறைகின்றன.நீர் அரையடி ஆழத்திற்கு ஓடுகிறது.யானைகளும் மான்களும் நீரின்றி ஊர்களுக்குள் வருகின்றன.

காளியின் செல்வம் பெருகுகிறது.வெங்கடேசப் பெருமாளைப் போய் கும்பிட்டு காணிக்கைப் போடுகிறான்.குடும்பம் பெருகி பேரன் பேத்திகள் பிறக்கிறார்கள்.

சீட்ட அத பாரு கல்யாணத்துக்கு உம்பொண்ணு சஞ்சலா வந்துக்கறா.கையில புள்ளிய வச்சினு கீது போயி தூக்குடி.பேத்தி கட்ட இன்னா ரோசம் போ.

அரமனசுடன் சீட்ட போயிக் குழந்தையைக் கையிலெடுக்கிறாள். பஞ்சிப்பொதி போலச் சிரிக்கிறது.

செவேறென்றக் குழந்தையை கையில் தூக்கியதும் அவள் மனம் நிறைகிறது. குழந்தையை மார்போடு அணைத்துக் கொள்கிறாள்.உடலில் என்னமோ செய்கிறது.

அம்மா என்று காலில் விழுந்து அழும் மகளைப் பேத்தியுடன் சேர்த்து வாரிக் கொள்கிறாள்.

இன்னா பேரிட்டுக்கற.

ஐடா.அவங்கப்பன் வச்சது .

அது இன்னாடி பேரு.பொன்னாட்டம் கீது புள்ள.ரச்சுமின்னு வைக்காத வாயில கூப்பட மிடியாத பேரு.சாமி ஆசாளப் பாத்து சிரிக்கறயா. நீ, கேளு உங்கம்மாள. சீயனையும் ஆசாளயும் வுட்டுட்டுப் போயி கட்டிக்கினியே நீ இன்னா அநாதியான்னு கேளு. எப்பேர்கொத்த கணிகாரு வூடு நம்புளுது....சிரிக்கறயா சாமீ...ராசாத்தி குழந்தையை முத்துகிறாள்.

'அய்யே புள்ளிங்க வந்து நிக்குது மூஞ்சிய திருப்பிகினா இன்னா அர்த்தம். வாங்கன்னு சொல்லு.பேத்தி தேடிக்கினு வந்துக்கிது பாரு. உங்கம்மாளாட்டம் சேப்பா கீது'சீட்டை அதட்டவும் குழந்தையைப் பார்க்கிறான் காளி.

மெத்து மெத் என்ற உடலும் உருளும் விழிகளும் சுருண்ட கேசமும் தன் ஆத்தாளாகவேத் தோன்ற வாரி அணைத்துக் கொள்கிறான்.

அவள் வளர வளர பெரிய பையனின் மகன் தன்பேரன் கிருஷ்ணனுக்கு அவளை மணமுடித்து வேதக்கொயிலுக்குப் போன தன் சந்ததியைத் திரும்ப இழுத்துக் கொள்ள எண்ணுகிறான் காளி.

"கோடை விழாவ ஏன் ஆகஸ்ட்ல நடத்தறாங்க?"

"மழையே இல்ல சார்.காஞ்சிப் போச்சி.இப்பல்லாம் சந்தன மலயில குடிக்கறதுக்கே தண்ணியில்ல.மேலூரு,மோட்டூரு,எலந்த மல அல்லா எடத்துக்கும் லாரியில தான் சப்ள பண்றாங்க.ஏரி நெறஞ்சாதான கோடவிழாவுக்கு போட்டிங் உட மிடியும்....செக் டேம் தண்ணிதான் காப்பாத்துது.இப்ப ஏரி முக்காவாசி நெறஞ்சிடுச்சி சார்...."

5

ஞாயிற்றுக் கிழமை என்பதால் லேட்டாக எழுந்த கார்த்திகேயன் அறையிலிருந்து வெளியில் வருகிறான்.மழமழவென்ற சிவப்பு சிமெண்ட் தளம் சில்லிட்டிருந்தது.வராண்டாவின் தரையை மட்டும் மாற்றாமல் விட்டிருந்தனர்.

வாகை மரத்தின் உலர்ந்த காய்கள் காற்றில் ஆடி சப்திக்கின்றன. மாதுளம்பூக்களின் கவிழ்ந்த வடிவைப் பார்தவாறு நின்றவன் ஷூக்களை அணிந்து நடக்கிறான்.காலை இளவெயிலும்,முகத்தில் மோதும் காற்றும் உற்சாகமாயிருக்கிறது.காநடை, மலைகளில் தான் இதமாயிருக்கிறது என்று நினைக்கிறான்.இரத்தச் சிவப்பு பூக்களால் நிறைந்த குல்மெகர் மரங்கள் சாலையின் இருபுறமும்.... பூவிதழ்கள் காற்றில் சிதறி விழுகின்றன.தரையெங்கும் பூக்கள்.. சாலை வளைவில் திரும்பி ஏரியை நோக்கிச் செல்லும் வழியில் செல்கிறான். பாதையெங்கும் தைல மரங்களின் சருகுகள்.

தூரத்திலிருந்து ஏரிநீரின் பரப்பில் எழும் நீராவித் தெரிகிறது.நீர் மருத மரங்கள் வரிசையாய் நின்றிருக்கும் கரையில் சிமெண்ட் வாராவதியின் மீது அமர்கிறான்.மீன்களும் சேறும் கலந்த வாடை. பசுமை கலந்த ஏரிநீரில் நுரை பொங்கும் அலைகள்.கரையின் மென்மணல் பரப்பில் அலைகள் உண்டாக்கிய தடங்கள் நீண்ட

மலைத்தொடர் போல காட்சியளிக்கின்றன.தடித்த நாணற்புற்களில் பூக்கள். வெண்மையான கொட்டிப்பூக்கள்.சிவந்த மலர்களுடன் பசுஞ்செடிகள். சிறிய மீன்கள் நீந்துவது கண்ணாடிப்பளிங்கு போல் தெரிகிறது. காலை வெயிலில் நீருள் பாதி மூழ்கிய வேலம்பாசிகள் சிலந்தி வலைகள்போல் தெரிகின்றன.நீர்மத்தி மரங்களின் பாறைபோன்ற அடிப்பாகங்கள் பாதி மூழ்கி தெரிகின்றன.அவற்றின் வெளிர்நிறப் பூக்கள் வண்டுகள்போல் நீரில் மிதக்கின்றன.பச்சை நிறத் தவளை ஒன்று தாவுகிறது. அதன் கண்கள் முட்டைகள் போலப் பார்க்கின்றன. நூலை இழுத்து வருவது போன்ற அசைவுடன் நீர்ப் பாம்பொன்று நீந்திக் கடக்கிறது.பறவைகளின் குரல்கள் சிறகசைவுகள்.

நாரைகளும் கொக்குகளும் வெண்ணிற மலர்கள் போன்று தூரத்தில் தெரிகின்றன.இளஞ்சிவப்பு வண்ண அல்லி மலர்கள் பாதி மலர்ந்துள்ளன.சில மொட்டுகளும் வட்ட இலைகளும் அவற்றின் மீது ஊரும் பூச்சிகளுமாய் நிறைந்திருக்கின்றன.

கழிதேர்ந்து அசைஇய கருங்கால் வெண்குருகு

அடைகரைத்தாழைக் குழீஇப் பெருங்கடல்

பொய்கை ஆம்பல் அணிநிறக்கொழுமுகை

வண்டுவாய் திறக்கும் தண்துறை ஊரனொடு இருப்பின்

இருமருங்கினமே கிடப்பின்

வில்லக விரலின் பொருந்தி அவன்

நல்அகம் சேரின் ஒரு மருங்கினமே

குறுந்தொகைப் பாடல்களில் பாடப்பட்ட குருகும் ஆம்பலும் இவைதானோ..

'' குட்மானிங் சார்''

திரும்புகிறான்.நீலநிறச் சேலையில் ஐடா நிற்கிறாள்.

''குட்மானிங்...எங்க?''

''இன்னிக்கு சண்டே.சர்ச்சுக்குப் போறேன்.''அவள் கன்னங்களும் காதுகளும் கதிரொளியில் சிவக்கின்றன.சூழலை அழகாக்கும் இயல்பு சிலருக்கே இருக்கிறது என எண்ணிக்கொள்கிறான்.

அவள் கடந்து செல்வதையேப் பார்த்துக்கொண்டிருக்கிறான். கரையிலுள்ள மருத மரங்களின் மலர்கள் அவள் மீது காற்றில் சிதறுகின்றன.அவள் அண்ணாந்து பார்த்துக் கண்களை இடுக்கிச் சிரிக்கிறாள்.அவன் மனம் அவளைத் தொடர்கிறது.

மாறும் உலகில் மாறா உன் உறவே

நிரந்தரம் நிரந்தரம் நீயே நிரந்தரம்

நான் மாண்ட பின்பும் உம்மில் நிலைப்பது நிரந்தரம்

ஐடாவினால் ஆலயத்தில் பாடலைப் பாட முடியவில்லை. செம்மையுரும் முகத்தை ஜெபம் செய்வது போல் மறைத்துக் கொள்கிறாள்.

அத்தகையப் பார்வைகள் பள்ளியிலும் கல்லூரியிலும் அவளைத் தொடர்வது புதிதல்ல.ஆனால் அவன் பார்வைகளை இவள் மனம் விழைகிறது.

ஏசப்பா...மரியாமகனே! என் பாவங்களை மன்னிப்பீராக....

''உச்சிஸ்ட மரியே! எங்களுக்காக பரலோகத்தில் வேண்டிக் கொள்ளும்..

ஐடாவின் கண்கள் கலங்கி உடலெங்கும் வியர்வைப் பெருகுகிறது.அன்று சர்ச்சிலிருந்து திரும்பி வருகையில் ஏரிக் கரையில் அவன் அமர்ந்திருந்த இடத்தில் அமர்ந்து பார்க்கிறாள்.நீர் மருத மரங்களைத் தாண்டிக் காளி கோயிலின் கோபுரம் தெரிகிறது.

6

'சார், உங்களப் பாக்க காளியோட பேரன் கிஷ்டன் வந்துக்கறான்.'

மாலை வெயிலில் அறையின் பின்புற வராண்டாவில் நின்றிருந்த கார்த்தி 'என்னவாம் சிவன். நாளைக்கு ஆபீசில் வந்து பாக்கச் சொல்லு' என்கிறான்.

'இல்ல சார் சொன்னாகூட கேக்கல. நல்ல பயன் சார். பத்து நிமிட்ல போயிடுவானாம்.'

சரியென்று தலையசைக்கிறான். மாலை வெயில் இலைகளில் புகுந்து வராண்டாவில் உண்டாக்கும் வட்டங்களைப் பார்த்தவாறு அவள் நினைவுகளுடன் திற்கும் தனிமையை இழக்க அவன் விரும்பவில்லை.

ஆனால் கண்களில் தீவிரத்திடன் வந்து நின்ற அந்த இளைஞனைப் பார்த்ததும் பேசத் தோன்றுகிறது.

''அயம் கிருஷ்ணன். பினிஷ்டு மை எம்.எஸ்.ஸி. இன் சேவியர்ஸ். எங்க தாத்தா பண்ற திருட்டு எனக்குச் சுத்தமாப் பிடிக்கல. உங்க கிட்ட முக்கியமான விஷயம் இன்பார்ம் பண்ண வந்தேன் சார்.

வியப்புடன் அவனைப் பார்க்கிறான்.

இருவரும் பேசிக்கொண்டே ஒருமணி நேரமாய் பங்களாவின் பின்புறமிருந்த ஓடைக்கரையில் அமர்ந்திருக்கிறார்கள்.

சோ,தாங்க் யூ கிருஷ்ணன்.உண்மையாவே இந்த எடத்துல அவேர்னெஸ் கொண்டுவர விரும்புறீங்களா?

ஆமா சார்.இயற்கையா வளமா இருந்த இந்த எடத்துல இப்ப மழையே இல்ல.அடர்ந்த காட்ட அழிச்சாச்சி.மண்ணாத்துல கண்டபடி குப்பைகளையும் கொட்டி தண்ணியே இல்லாம ஆக்கியாச்சு.எங்க தாத்தா மாறி ஆளுங்கத் தொடங்கி வச்சாங்க.இப்ப எல்லாரும் பண்றாங்க.இதுக்கெல்லாம் எதாவது செய்யணும்.

இருவரும் நடக்கின்றனர்.விடைபெரும்போது கிருஷ்ணன் நினைவூட்டுகிறான்.

'சார் தேக்கனூர் மரத்த வெட்ட கோடவிழாவத்தான் நாள் குறிச்சி இருக்காங்க.

அவன் செல்வதையே யோசனையுடன் பார்த்துக் கொண்டிருந்தவனிடம் வந்து சிவன் சொல்கிறான் ''சார்'' ரெம்ப நெல்ல மாறி புள்ள சார்.சீயனாட்டம் இல்ல.அவும் மேல கோவத்துல கெல்யாணமே பண்ணிக்கல.

7

புது ரேஞ்சர் தேனல்லாம் கோடவிளாவுல விக்கக் கூடாதுன்னுட்டாராம். தார் ரோடல்லாம் திரும்பப் போடணும்னு சொல்லிட்டாராம்.இவர டிரான்ஸ்வர் பண்ணப் பாக்குறானுங்க..... அப்பா, அம்மாவிடம் சொல்வதை அறையிலிருந்து கேட்டுக் கொண்டிருந்த ஐடா பதறி அவன் எண்ணுக்கு அழைக்கிறாள்.

‘நீ எதுக்கு இப்ப பயப்படற?இந்த மாதிரி மெரட்டலுக்கெல்லாம் கவலப்படறவன் நானில்ல.என்னால எல்லாத்தையும் சும்மா பாத்துட்டு இருக்க முடியாது.’

அதுக்கில்ல ....உங்கள வேற எங்கனா மாத்திட்டா?

மாத்தினா போறேன்.உன்னயும் மேரேஜ் பண்ணிக் கூட்டிட்டுப் போறேன்.சரியா?....நீ இப்ப இதப் பத்தி பேசினதும் சரிதான்.நான் கல்யாணத்தப் பத்தி உங்க வீட்டுல பேசட்டுமா?

எங்க அப்பாவும் அம்மாவும் நீங்க சர்ச்சில வச்சித்தான் என்ன மேரேஜ் பண்ணணும்னு சொல்லுவாங்க.

அவங்க சொல்றது இருக்கட்டும.நீ என்ன சொல்ற?என்னால அதெல்லாம் பண்ண முடியாது.

ஏன் எனக்காக நீங்க வர மாட்டீங்களா?

அதயே நான் கேக்கட்டுமா.நீ வர மாட்டியா?

'ஜெய் இன்னம் பத்து நா தான் இருக்கு.அல்லாம் ரடியா?'

அல்லாம் பாத்துட்டம் காளி மாமா.நாம்ப போனா கண்டுக்கற மாறி பண்ணிட்டு வந்துட்டேன்.

இத்தோட எந்து கடசிவேல.அதுக்கப்பால நீதான் பாத்துக்கணும். எம்புள்ளிங்க எவனும் வர்ல பாத்தயா?இந்தக் கிஷ்டன் இன்னாமோ படிச்சிட்டு மரத்த வெட்டாத,சடிய நெடுன்னு பேசறான்.....

'ரேஞ்சர் சார்! என்னோட முயற்சிய சரின்னு சொன்னதே நீங்க மட்டுந்தான். மத்தவனெல்லாம் ஏதோ கழண்டுடிச்சின்னு பார்க்கறான்.' இந்த எடம் முழுக்க ஒரு காலத்துல இருந்த மரங்களும், செடிகளும், பூச்சிகளும், பறவைகளும் திரும்ப வளரணும். காட்டுல யான, முயல்,மான்,நரி,காட்டெரும எல்லாம் இருந்ததுன்னு சொல்றாங்க. அதேபோல அடர்ந்த வனமா திரும்பவும் மாத்தணும் சார். அதப் பத்தி சொல்லப்போறேன் கேக்கறவங்க கேக்கட்டும். என்னால இதயெல்லாம் சும்மா பாத்துட்டு இருக்கமுடியாது.எங்க தாத்தனோட பாவ மூட்ட என்னை அழுத்துது.சந்தனக்கட்ட காளீ குடும்பம்னு எங்களச் சொல்றாங்க. அந்தப் பேர் மாறணும். எங்க சீயனுக்கு சொல்லி புரிய வைக்க முடியல. ஆனா இந்த ஊருக்குச் சொல்வேன். என் முயற்சிகள செஞ்சி கிட்டே தான் இருப்பேன்.

கிருஷணன் சொல்லச்சொல்ல அவனைப் பெருமிதத்துடன் தழுவிக் கொள்கிறான் கார்த்தி.

''சார், அப்பறம் இன்னொண்ணு.எங்க அத்தப் பொண்ணு ஐடாவக் கல்யாணம் பண்ணிக்கோன்னு அம்மா ரொம்ப தொந்தரவு பண்ணுது.அத்தயும் சரின்னு சொல்லிடுச்சி போல....''

கார்த்தி அவனை நிமிர்ந்து பார்க்கிறான்.

''எனக்குத் தெரியும் சார்.நீங்க இப்ப அதுகிட்ட பேசறதேயில்ல. அதுவும் ஆளே சரியில்ல. சிரிப்பே இல்ல. உங்களுக்குள்ள என்னாச்சி சார்.? எனக்கு கல்யாணத்துல இனட்ரஸ்ட் இல்ல. நான் கட்டப்போறதில்ல... என்னன்னு எங்கிட்ட சொல்லக்கூடாதா?

கிருஷ்ணன் நீங்க என்னவிட வயசுல பெரியவராயிருந்தாலும் பிரண்டாத்தான் இருக்கீங்க.... நான் வெறி பிடிச்சி சாமி கும்பிடறவன் இல்ல. ஆனாலும் சின்ன வயசுல இருந்தே சுப்பிரமணியனையும், அம்பாளையும், விநாயகனையும்,வெங்கடேசப் பெருமாளையும் வணங்கினவன்.எங்க அம்மா ஸ்லோகமெல்லாம் நல்லா சொல்வாங்க...

ஓங்கி உலகளந்த உத்தமன் பேர்பாடி

நாங்கள் நம் பாவைக்குச் சாற்றி நீராடினால்

தீங்கின்றி நாடெல்லாம் திங்கள் மும்மாரி பெய்து

ஓங்கு பெருஞ்செந்நெல் ஊடு கயலுகள்

பூங்குவளைப் போதில் ..

மார்கழித் திங்கள் மதிநிறைந்த நன்னாளில்

திருப்பாவை. எங்க அம்மா பாடறப்ப கண்ணுல தண்ணி வரும். என்னால அதையெல்லாம் விடமுடியாது. ஏன்! இந்த ஊர் எனக்குப்பிடிக்கக் காரணமே அந்தப் பெரிய காளி கோயில் தான்.ஆயிரம் வருஷமா வந்த மரபை, அந்த நம்பிக்கையை இல்லன்னு என்னால சொல் ல முடியல...

என் நம்பிக்கைகள் பொய்யா இருக்கலாம்.கற்பனையா இருக்கலாம்.மூட நம்பிக்கையா இருக்கலாம்.அறிவியல் பூர்வமா சரியில்லைனு தோணலாம்.ஆனா இவங்க சொல்றதுதான் சரி,இவங்க மதம்தான் சரின்னு என்ன நம்பச் சொல்ல யாருக்குமே உரிமையில்ல. இவங்க கருத்த என் மேலத் திணிக்க நான் அனுமதிக்க மாட்டேன்.

இந்து மதம்னு ஒண்ணு இல்லவே இல்லத் தெரியுமா???

தீர்க்கதரிசிகள் உருவாக்கிய ஆபிரகாமிய மதத்துல ஒரே கடவுள ஒரே வழிய மையமா வச்சி வணங்கின ஐரோப்பியனுக்கு பாரதத்தின் பன்முக வழிபாட்டைப் பத்தித் தெரியல.அதனால இந்து மதம்னு அவனே பேர் வச்சான்.

இது பல்லாயிரக்கணக்கான ஆண்டுகளா இனக்குழுக்கள் உருவாக்கின நெறிகள் இணைஞ்சது.பல்வேறு வகையான வழிபாடுகள் கொண்டது.கடவுள் என்னும் கருத்தை பல்வேறு வழிமுறைகளில் அடைவதுதான் அடிப்படை.பக்தியும் ஞானமும் சேந்த வழி. பிரம்மாண்டமான வெளியில் இறையை தரிசிக்க அடையாளமே இத்தனை தெய்வங்கள்.

பல ஆயிரம் வருஷங்களா மாறி மாறி வழிபட்டதால நிறைய குறைகள் இருக்கலாம்.சில தப்பான வழிமுறைகள் உள்ளே நுழைஞ்சிருக்கலாம்.ஆனா எல்லாமே தவறுன்னு சொல்ல முடியாது.

கன்னி கர்ப்பந்தரித்தாள்னு சொல்றதும்,செத்தவனுக்கு உயிர் வந்திச்சின்னு சொல்றதும் மூடநம்பிக்கை இல்லையா?

துறவையும் நாத்திகத்தையும் கூடத் தனக்குள்ள கொண்டதுதான் இந்து ஞான மார்க்கம். துறவைச் சிறையா மாத்துன இவங்க மதத்தால அதப்புரிஞ்சிக்க முடியாது.

‘நாத்திகம்னா’ பாற்கடல் இருக்கு மோர்க்கடல் எங்க?சரஸ்வதி நாவில் குடியிருந்தா டாய்லெட் எங்க போவான்னு கேக்குற மேம்போக்கான முட்டாள்தனமான விவாதங்கள் இல்ல.அதெல்லாம் படிமங்கள். நாமதான் புரிஞ்சிக்கணும்.பத்து தலைன்னா ஒடனே அத நேரடியாச் சொல்லக்கூடாது.பத்து வகை திறன்கள்னு அர்த்தம்.

நாத்திகம் என்பதும் ஞானமே.எந்த உருவ வழியுமின்றி நேரடியா வெளியை,அறிவை அறிவது.அது எல்லாமே இந்து மதத்தின்

தர்மங்கள் தான்.என்னால இவங்களோட பாலைவனத் தெய்வங்கள ஏத்துக்க முடியாது.

செத்தவன் திரும்ப வருவான்னு அவன் உடம்ப பாதுகாத்து அவன் உடமைகளையும்,அரசிகளையும் உயிரோட புதைச்சு பாலையில் பிரம்மாண்டமான கல்லறைகளைக் கட்டுன பிற்போக்கான நம்பிக்கைகள் தான் அவங்களுது.

'ஒரு பிடிச் சாம்பலாச்சுதே என்று எரிச்சது நம்ம பண்பாடு.எது யதார்த்தமானதுன்னு நெனச்சி பாரு.

என்மனசு ஏத்துக்காத விஷயத்தை சும்மா வெறுமனே சடங்கா செஞ்சி ஏமாத்த என்னால முடியாது.ஐடாவுக்கே பின்னால மன வருத்தங்கள் வரலாம்.

நாம நேசிக்கறவங்க மனசு வாடக்கூடாது,வேதனையடையக் கூடாதுன்னு நெனைக்கறது தான் உண்மையான காதல்.நான் அவளை வருத்தப்பட வைக்க முடியாது.

அவள மறக்க கஷ்டமாத்தான் இருக்கு.

மலரின் மேவு திருவே உன்மேல்

மையல் பொங்கி நின்றேன்

நிலவு செய்யும் முகமும் காண்பார்

நினைவழிக்கும் விழியும்....

கமல மேவு திருவே உன்மேல் காதலாகி நின்றேன்,...'

அவள நெனச்சித்தான் பாரதியப் படிக்கிறேன்.ஆனாலும் என்னை மாத்திக்க முடியாது.

கிருஷ்ணன் வியப்புடன் நோக்குகிறான்.

கையில் பைபிளுடன் அம்மா துணையோடு சர்ச்சிற்கு வரும் ஐடா

இவர்கள் இருவரையும் பார்க்கிறாள்.தன் வாழ்வை நிர்ணயிக்கும் இருவரையும் ஒன்றாகப் பார்க்கையில் அவள் மனம் அறியஇயலா உணர்வை அடைகிறது.கண்ணீரும் மகிழ்வும் வேதனையும் துக்கமும் புன்னகையும் ஒன்றாக வருகின்றன.விரைந்து கடக்கிறாள்.

கன்னி இளமையின் உணர்வுகள் அவளை வதைக்கின்றன. பெண்ணின் வாழ்வை எழுதுவது யார்.

ஊரே மெச்ச ,உறவுகளும் பெற்றோரும் உச்சி முகர குழவியாகவள் இருந்துவிடக்கூடாதா?

பெண் மனச ஒருநாளும் ஆணால புரிஞ்சிக்கவே முடியாதா.நீ எவ்ளோ படிச்சி பெரிய ஆளா இருந்தா என்ன? என்னை வெறும் சின்னப்பொண்ணா, உடம்பா, எழிலசைவா நெனச்சிட்ட...

என் மனசு உன்ன நாடுவதை உணர்ந்த போது,அதை நீ அறிந்து கொண்டாய் என்று தெரிந்தபோது உன்னைக் கொன்றுவிட வேண்டுமென விரும்பினேன்.அந்த உன்மத்த நிலையை நீ அறியவில்லையே...

நான் வெறும் பெண்ணல்ல. ஆக்கும் சக்தி,வீறுகொண்ட தேவி,உதிரத்தையே அளிக்கும் அன்னை,கருணை கொண்ட பெருந்தாய்,தீமையை உடைக்கும் கொற்றவை என்று அறிவாயா?

உன் வசதிக்கு என்னை வளைக்கப் பாக்குற.என் தகப்பன்,பாட்டன் அண்ணன் எல்லாரும் அவங்கவங்க விருப்பப்படி நானிருக்கணும்னு ஆசப்படறாங்க .நீயும் அப்படித்தானே....

உன் மேல உசிர வைச்ச பொண்ணு மனச, துடிக்க விடறயே, இது என் அன்பையே கீழ்மைப்படுத்துது.இனி உனக்கும் எனக்கும் எதுவுமில்லை.

எண்ணங்களின் கடுமை தாங்காமல் வெடித்து அழுகிறாள்....

8

‘கார்த்திகேயன்! மரத்தை எப்படியாவது காப்பாத்திடணும்.வெட்டற தகவல் நமக்கு வந்த பிறகும் ஏமாந்துட்டா விஷயம் மீடியாவுக்குப் போயிடும்.நீங்க நேரா போயி டீல் பண்ணுங்க.ஏரியா முழுசும் உங்க கண்ட்ரோல்ல வந்துடணும்.’

எஸ் சார். டிஎஸ் ஓ விற்கு சல்யூட் அடித்து விட்டு வெளியில் வருகிறான். நாளை இந்த நேரத்தில் இங்கே நிற்கவே முடியாது. கூட்டம் நெறியும்.ஏரிக் கரையெங்கும் அலங்கார மின்விளக்குகள். நீலப்பழங்கள் போலத் தெரிகின்றன.வரிசையாய் ட்யூப் லைட்டுகள்.

தள்ளுவண்டியில் பெட்ரோமாக்ஸ் லைட்டின் உருமல்.சிக்கன் பகோடாவும் இட்லிகளும்.சுறு சுறுப்பான வியாபாரம்.இரவிலும் வாலிபப் பையன்களும் ,குழந்தைகளும் சிரித்துப்பேசுகிறார்கள்.மின் விளக்கு அலங்காரங்களைப் பார்த்துச் சிரிக்கும் கருப்பு பர்தா அணிந்த முஸ்லீம் பெண்கள்.மக்களுக்கு ஏதாவது ஒரு கொண்டாட்டம் தேவைப்படுகிறது.

தன் வீட்டில் படுத்திருக்கிறான் காளி.வாகனங்களின் ஹாரன் ஒலி கேட்கிறது. அவன் மனதில் கோடைவிழா உற்சாகங்கள் எதுவுமில்லை.

இந்தக் கிருஷ்ணன் இன்னா பேச்சி பேசறான்.திருடி சம்பாறிக்கறன்னு நேரா கேக்கறான்.ஜாணுண்டு பசங்களுக்கெல்லாம்

துளுத்துடுச்சி.நான் கட்டயில சம்பாரிக்கலன்னா இவனால இப்பிடி பேச முடியுமா?காலேசுக்கல்லாம் போயிருப்பானா.சீட்டயும் அவங்கூடத் தான் பேசறா.நாம்ப நாலு காசு சம்பாறிக்கணும் தான இதல்லாம்.

இந்தச் சின்னப் பையன் நம்பள மீறி பேசறானே. மரத்த நடணும். பிளாஸ்டிக் வேணாம்னு சொல்றான். காட்ட அழிச்சிட்டம் வையறான்.

ஐடாளக் கல்யாணம் கட்டிக்க மாட்டேன்னு சொல்லிட்டான்.அந்தப் பொண்ணும் அதப்பத்தி கண்டுக்கவே இல்ல.அது பாட்டுனு சர்ச்சுக்குப் போவுது.நம்ப பேச்ச ஆரு கேக்கறா....

மண்ணுவுடன் சேர்ந்து சின்னப்பையனாய் தான் முதலில் கட்டை வெட்டியதும் அதன்பிறகு மலை முழுக்கத் திரிந்து சந்தனம், தேக்கு, இருவுடி, கடம்ப என்று எல்லா மரங்களையும வெட்டினதும் ,இரவுகளில் கடும் இருட்டில் அலைந்ததும் அவன் நினைவுகளில்.

எத்தனை அதிகாரிகள்.,போலீஸ்காரர்கள்...எவ்வளவு பணம்... எத்தனை அடிகள்...

கிருஷ்ணன் சொல்ற மாதிரி அப்ப காட்டுல எவ்ளோ மரம் இருந்திச்சி. மழ காலம் ரண்டு மாசமிருக்கும்.இப்ப கோட விளாவுக்கே மள இல்ல. இந்த ஊருலயே ஏ.சி.போடாத தூங்க மிடியல. அவஞ்சொல்றது கரீட்டு தானா?மனதில் சிந்தனைகளுடன் எழுந்து செல்கிறான்.

மாமாய் நானு போயி நல்லாக் கண்டுனு வந்துட்டேன்.ராவுல போனா கரீட்டா தெரியும்' ஜெய் சொல்லச் சொல்ல காளி தன் நரைத்த மோவாயைத் தடவிக் கொண்டே கேட்கிறான்.

ஜெய்யி இத்தோட நான் இந்த வேலக்கி வரலடா.இனிமே நீதான் பாத்துக்கணும்....

✱ ✱

டாஸ்மாக்கில் காலையிலேயே உற்சாகக் குடிமகன்கள் .மாமன்களும் மச்சான்களும் உரிமையாய் உபசரிக்கிறார்கள். உண்மையில் எல்லா விழாக்களும் குடிமகன்களுக்குத் தான்.

பிரியாணிக் கடைகளும் பஞ்சுமிட்டாய்களும் பாப்கார்ன்களும் கலர்களும்... மருதாணி டிசைனுகளும்.ஜீன்ஸ்களும் டிசர்ட்டுகளும் கூலிங் கிளாஸ்களும் டிசைனர் புடவைகளும் தாவணிகளும் சுடிதார்களும் லெங்கிங்ஸ்களும் மசக்களிகளும் லிப்ஸ்டிக்குகளும் பூச்சரங்களும் ஐஸ்கிரீம்களும் கார்களும் பைக்குகளும் வண்ணப்பந்துகளும் பொம்மைகளும் குடை ராட்டிணங்களும் ஜெயண்ட் வீல்களுமாய் கோடைவிழா...

ஏரிக்கரையில் பைபர் படகுகள் பூச்சூடி பொட்டுவைத்து தயாராய் நிற்கின்றன. அமைச்சர்கள் ஒவ்வொரு ஸ்டால்களாய்த் திறந்து வைக்கிறார்கள். படகுத் துறையில் ரிப்பன் வெட்டியதும் படகுகளில் கூட்டம் ஏறுகிறது.கார்த்திகேயன் காக்கிநிற யூனிபார்மில் பளபள கருப்பு ஷூக்களுடன் நிற்கிறான்.கூட்டத்திலிருந்து விலகி வருகையில் வாதாம் மரத்தடியில் ஐடாவைப் பார்க்கிறான்.

அவளைக் கடந்து செல்கையில் பேசலாமா என்று எண்ணுகிறான் .ஆனால் பேசாமல் சென்று விடுகிறான்.அவளும் தலையைக் குனிந்து கொள்கிறாள்.

டிஎப்ஓ,கன்சர்வேட்டர்,சி.சி.என்று அதிகாரிகளுடன் நாள் முழுக்க அலைகிறான்.மாலையில் பாட்டுக் கச்சேரி.டிஎப்ஓ குடும்பத்திற்கு இடம் பார்த்து அமர வைத்துவிட்டு வருகிறான்.பத்து மணிக்கு தேக்கனூர் போகணும் என்று எண்ணிக்கொள்கிறான்.

✸ ✸

நள்ளிரவின் இருள்.வானில் சில சுடர்களே இருக்கின்றன.சில் வண்டுகளின் ஒலி.சருகுகள் மிதிபட ஜெய் ,காளி,கோவாலு,கண்ணு

எனப் பத்து பேர் வருகிறார்கள்.இரண்டு கார்டுகள் மரத்தின் அடியில் நிற்பது தெரிகிறது.

ஜெய் மெதுவாய் நடக்கிறான்.அவன் கையில் சிறிய துப்பாக்கி. காளியும் மறுபுறம் தொடர்கிறான்.

✸ ✸

இருளில் சாலையின் மேடுகளில் ஒளியைப் பாய்ச்சியவாறு செல்கிறது கார்த்துகேயனின் புல்லட்.கரிய பூதகணங்களாய் இருபுறமும் மரங்கள். எல்லாரையும் ஜீப்பில் வரச்சொல்லிவிட்டு இவன் மட்டும் பைக்கில் வருகிறான்.மனதிற்கு அத்தனிமை தேவைப்படுகிறது. இருளில் மெல்லிய குளிரில் ஆளில்லா சாலையில் வண்டி ஓட்டுவது மனதை நிலைப்படுத்துகிறது.பறவையோ வௌவாலோ குறுக்கே பறக்கிறது.வளைவில் பாதை ஓரத்தில் முயல் ஒன்று மிரண்டு விடைத்த காதுகளுடன் நிற்கிறது.

பைக்கின் ஒளி பச்சையாய் அதன் கண்களில் ஒளிர்கிறது.கார்த்தி தன் வாழ்வின் முக்கிய நிகழ்வென்று இந்த இரவை எண்ணிக் கொள்கிறான். காளியும் அவன் கூட்டாளிகளும் துப்பாக்கி வைத்திருக்கிறார்கள். இன்றிரவு தனக்கு எதுவும் நிகழலாம்...

மரணம்.... இத்தனை அருகில் அதைத் தான் எண்ணிப் பார்த்ததே இல்லை. இவ்வளவு தானா வாழ்வு எனும் எண்ணம் அச்சத்தை அதிகப் படுத்துகிறது.

தேக்கனூர் வளைவைத் தாண்டுகிறான்.மனதில் சாவதற்குப் போவது போல உணர்கிறான். சே... தலையை உதறிக் கொள்கிறான். திரும்பிப் போய்விடலாமா என்று ஒரு கணம் தோன்றுகிறது.

எங்கோ பிறந்து இந்த மலங்காட்டில் தனியே உயிர் விடத் தன் விதி இருக்கிறதோ எனத் தோன்றுகிறது.இந்த நடுக்காட்டில் துப்பாக்கி குண்டில் தன் உயிர் பிரிந்தால் என்ன ஆகும்?அம்மா வந்து அழுவாளா?அம்மாவிற்கு யார் தகவல் தருவார்கள்....,

ஐடாவின் கலங்கிய முகம் அவன் நினைவில்....

யாதுமாகி நின்றாய் காளி.,மனதில் அன்னையின் உருவம். எண்ணைக் கருமையின் பளபளப்பில் மின்னும் கன்னமும், புன்சிரிப்பும் பள்ளமான இதழ்களும் மோவாயின் குழைவும் விழிகளின் ஒளியும்... அமர்ந்திருக்கும் தோரணையும் அபய முத்திரையும்..., அம்மா காளிதேவி நீதான் என்னுடன் வர வேண்டும். மனதில் வேண்டுகிறான். தீமைகளை அழிக்கும் வலுவை எனக்குத் தா.

உள்ளம் சாந்தமடைய நிதானமாகத் தேக்கனூரைத் தாண்டி எல்லையை அடைகிறான்.அங்கே ஏற்கனவே வந்த டிஎப்ஓவும் வனவர்களும் மறைந்து நிற்கிறார்கள்.

அவனுங்க வர்ர வரைக்கும் வெயிட் பண்ணுங்க.நாம இருக்கறது தெரியக்கூடாது.

நடக்கும் சப்தங்கள் .சருகுகள் மிபடுகின்றன.திடீரென கார்டுகள் தாக்கப் படுகிறார்கள்.இருளில் காலடி ஓசைகள் .மனிதர்கள விழும் சப்தங்கள்.

மிஷின் ரம்பம் மரத்தை ராவும் ட்ரிம்ம்ம் என்ற ஒலி. மரங்களிலிருந்து பறவைகள் கலையும் ஓசைகள்.வனவர்கள் முன்னே ஓடுகிறார்கள்.கார்த்திகேயன் கையில் துப்பாக்கியை எடுக்கிறான்.

காளீ மரியாதையா சரண்டர் ஆயிடு.ஷூட் பண்ணிடுவோம் பாரஸ்டர் வேணுவின் குரல்.

நீங்க அல்லாரும் ஒழுங்கா பூடுங்க .நான் சுட்டுடுவேன்.

துப்பாக்கிச் சத்தம் ட்ட்ட்ம்ம்ம்

இரண்டு பக்கமும் சுடுகிறார்கள்.

காளி உக்கிரம் கொள்ளுகிறான்.டேய்.. வயிற்றிலிருந்து சத்தம் எழுவதற்குள் அவன் வயிற்றில் ஊடுருவுகிறது உலோகத் தோட்டா....

வயிற்றிலிருந்து கிளம்பிய சுண்டும் உணர்வுத் தாக்க கீழே விழுகிறான். வானில் மின்னும் சுடர்கள் அவன் கண்களில் தெரிகின்றன.அம்மா....சீட்ட...கிருஷ்ணா...தாயே காளியாத்தா ..அவன் கண்கள் நிலைக்கின்றன...

* *

காலை வெளிச்சம் மெல்லியதாய் பரவுகிறது.கொஞ்சம் கொஞ்சமாய் மேகங்கள் வெண்மையுறுகின்றன.பட்சிகளின் ஒலி.சிவந்த வானம் ஒளி பெறுகிறது.

காலை வேளையில் அவ்விடமெங்கும் போலீசாரின் தலைகள். டிஎப்ஓவும் கார்த்திகேயனும் வருகிறார்கள்.சந்தன மரம் பெரியதாய் நிற்கிறது.அதன் அடிமரத்தில் ரம்பம் உரசிய தடங்கள்..மரத்தின் கீழே மண் சிதறிக் கிடக்கிறது.கட்டைகள்,இரத்தம்,குண்டு பாய்ந்த தடங்கள்...காலடிகள் ஒற்றைச் செருப்பு...நேற்றிரவின் சண்டையின் மிச்சங்கள்...

இருவரும் ஜீப்பில் திரும்புகிறார்கள்.ஊருக்குள் வரும்போது கிருஷ்ணனைப் பார்க்கிறார்கள்.ஓடிவந்து இவர்களுடன் சேர்ந்து கொள்கிறான்.

ஐயம் சாரி கிருஷ்ணன்

சார் .எதுக்கு சார் சாரி.உண்மையிலெ எங்க தாத்தாவுக்கு ஏத்த முடிவு தான்.ஜெய்யும் அவனும் ஒண்ணா செத்தது உங்களால தான்னு எல்லாரும் பேசிக்கறாங்க .வேற யாருக்கு சார் அடி பட்டது?

ரெண்டு கார்டுங்களும் ஒரு பாரஸ்டரும் குண்டடிபட்டு ட்ரீட்மெண்ட்ல இருக்காங்க.அவனுங்களுக்கும் நாலு பேருக்கு நல்ல காயம்.மூணு பேரு ஓடிட்டாங்க.ஆக்சுவலா ஷூட் பண்ணது வேணு தான்.என் ரைபில் அப்டியே தான் இருக்கு.நான் யூஸ் பண்ணவே இல்ல.

டிஎப் ஓ சொல்கிறார் ’இருந்தாலும் உங்க ஆபரேஷன்தான்

இது.தைரியமா முன்ன போனது நீங்கதான்.சீப் கன்ஸர்வேட்டர் பேசினார்.நீங்க இங்க தான், இங்க டியூட்டி கண்டினியூ பண்ணனும்.

தேங்க் யூ சார், விடைபெறுகிறான்.

காலை நேரக்காற்று முகத்தில் மோத முடி கலைந்து உடலில் உடைகள் ஒட்டிக்கொள்ள புத்துணர்ச்சியுடன் நடக்கிறார்கள் கிருஷ்ணனும் கார்த்திகேயனும்.

‘சார் இதுக்கு முன்னாடி நிறைய அதிகாரிங்களே இவனுங்களோட சேர்ந்துகிட்டாங்க. அதனாலதான் காடே அழிஞ்சது. இப்ப எல்லாருக்கும் பயம் வந்துருக்கு.நானும் என்னோட வேலைகளைத் தொடங்கப் போகிறேன். ,கிருஷ்ணன் உற்சாகமாய்ச் சொல்கிறான்.’

சாலை வளைவின் திருப்பத்தில் எதிரில் வந்த ஐடா இருவரையும் பார்த்தவுடன் ஒரு கணம் தயங்கி, பின் சிரிக்கிறாள்.

கார்த்திகேயனின் மனம் பொங்குகிறது.புன்னகைக்கிறான்.

குரவை மீன்கள் புதைந்த சேறு

பனிக்காற்று முகத்தில் படும் இடமெல்லாம் எரிகிறது. காதைச் சுற்றியிருந்த துணியை மூக்குவரை மூடி இழுத்துவிட்டுக் கொள்கிறாள். கால்களில் ஈரம் சொட்டுகிறது. இடம் மாற்றி நின்று கொள்கிறாள். தோலெல்லாம் பனியில் வெடித்து வறண்டிருக்கிறது. உதடுகளின் வெடிப்பில் குருதி கசிகிறது. கிளையை ஒதுக்கி சிவப்பான பழங்களைப் பறித்து மூங்கில் கூடையில் போடுகிறாள். எறும்புகள் நசுங்கி வளைந்து ஓடுகின்றன. மேலிருந்து மலை சவுக்கு மரக்கிளை அசைந்து ஈரத்துளிகள் விழுகின்றன. கைகளை உதறிக்கொள்கிறாள். அதிகாலை வெளிச்சம் மெதுவாகப் பரவுது. காப்பிப் பழங்களை உறுவி உறுவி கைகள் எரிகின்றன. இன்னும் கூடை பாதி கூட நிறையல.

"வெங்கட்டா டீ வந்துருக்கு" வளரக்காவின் குரல் புதர்களின் பின்னாலிருந்து கேட்கிறது. கூடையை நகர்த்தி வைத்துவிட்டு சருகுகளை மிதித்து நடக்கிறாள்.

பிளாஸ்டிக் டம்ளரில் டீயிலிருந்து எழும் ஆவியை ரெண்டு கையிலயும் தொட்டு கன்னத்துல வச்சிக்கறா.

"எவ்ளோ அறத்த மனா? குளுரு ஜாஸ்தியா கீதில்ல" டீ டம்ளரை

சுழற்றியபடி கேட்கறா வளரக்கா. எதுவும் சொல்லாமல் டீ குடிக்கறா வெங்கட்டா. பனிக்குளிரில் தொண்டையில் சூடாக இறங்குது தேத்தண்ணி.

''இன்னா வெங்கட்டா வேல சேய முடியுதா? செத்த நா போனா சரியாப்பூடும்'' கோவிந்தன் தலைப்பாகையை இழுத்துக் கட்டிக் கொண்டு இவளைப் பார்த்து சொல்றான்.

''ஹே தட ஆயித்து. சீக்கரதாலே ஓகி..''கிருஷ்ணா அதட்டுகிறான்.அவன்தான் இந்த காப்பி தோட்டத்துக்கு மேனேஜர். .மொதலாளி பெங்களூருவில் இருப்பதாகச் சொல்கிறார்கள்.

எல்லாரும் பிரிந்து போகிறார்கள். காப்பிச் செடிகளுக்கிடையில் நடக்கிறாள். செடி என்று சொன்னாலும் அவையெல்லாம் மரங்களே. உயரமாய் வளர விடாமல் கிளைகளை உடைத்து கவாத்து பண்ணுவதும்,பழங்களைப் பறிப்பதும், புதர்களை சீர் செய்வதும் தான் இவர்கள் வேலை. இந்த வேலைகளுக்கு நல்ல உடல் வலு வேண்டும் என்பதாலேயே மலைமக்களை ஏஜண்டுகள் அழைத்து வருகிறார்கள்.

அடர் பச்சையாய் குட்டையாய் படர்ந்திருக்கின்றன காப்பிச்செடிகள். இலைகள் தடித்து பலா இலைகள் போல இருக்கின்றன.சில செடிகளில் வெள்ளை வெள்ளையாய் சிறிய பூக்கள்.இடையிடையே தேக்க மரங்களும், சில்வர் ரோஸ் என்று இவர்கள் சொல்லும் மலைச்சவுக்கு மரங்களும் நிற்கின்றன.. .பனித்துளிகள் மரங்களின் மீதிருந்து மழைச்சாரல் போல விழுகின்றன.நெற்றியிலும், கைகளிலும் துளிகள் விழுந்து வலிக்கிறது. குளிர் நடுக்குகிறது.

அடர்பச்சை இலைகளின் பின்புறம் இருபுறமும் வரிசையாய் காய்த்திருக்கும் சிவந்த காப்பி பழங்களை இரண்டு கைகளிலும் உறுவுகிறாள். கால்களில் கொழகொழவென படவும் குனிந்து பாக்கறா.கருப்பான அட்டைப்பூச்சிகள் ஊர்ந்து ஏறுகின்றன.

அருவறுப்புடன் கால்களை உதறிக் கீழே கிடந்த இலையை எடுத்து அட்டைப் பூச்சிகளைத் தள்ளி விடறா.

வெயில் ஏறும் வரை எல்லாரும் பழம் பறிக்கறாங்க .வேலை செய்யச் செய்ய அவள் மனசு எல்லாத்தையும் மறந்துவிட்டு காப்பி பழம் மேல் போகிறது .கூடை நிறைகிறது.

வெங்கட்டாவும் அவள் அம்மா காசியும் இந்த குடகுக்கு வந்து நாற்பது நாட்களாகின்றன.வளரக்காவும்,பாபுவும் லீவுக்கு ஊருக்கு வந்தப்ப அவங்களோட இங்க வந்தவளுக்கு இன்னும் இந்த இடம் பிடிபடவில்லை. அவள் மற்றவர்களிடம் சரியா பேசி ஆறு மாசத்துக்கு மேலாகிவிட்டது.

''ஒரு மணி ஆவிடுச்சு வா போவலாம்.''வளர் வந்து கூப்பிடவும் மூங்கில் கூடையை குலுக்கி சரி செய்கிறாள்.

வளருடன் சேர்ந்து நடக்கிறாள்.அந்த காப்பி எஸ்டேட் மேட்டில் இருக்கும் பெரிய மரத்தடியில் எல்லோரும் அமர்ந்து அவரவர் தூக்கிலிருக்கும் கஞ்சியைக் குடிக்கிறார்கள். வெங்கட்டாவிற்கு கால் வீங்கியிருக்கிறது.புற்களைப் பறித்து காலிலிருக்கும் சேற்றை வழித்துப் போடறா.

இந்த அரைமணி நேரந்தான் சாப்பாட்டு இடைவேளை. உடனே எழுந்து ஓடணும்.சில பேர் அங்குள்ள மண் தரையில் படுக்கிறார்கள். வளரக்கா,ஜம்படியா,அம்மா,தொளசி எல்லாரும் பேசிக்கிட்டு இருக்காங்க. சில பேர் வெத்தல பாக்கு போட்டுக்கிட்டும் பீடி பிடிச்சிகிட்டும் இருக்காங்க.

ஒண்ணரை மணி ஆனதும் கோவிந்தனும்,ராசுவும் பெரிய கத்தியை எடுத்துக்கிட்டு எஸ்டேட் ஓரமா போறாங்க. அங்க இருக்கற புதர்கள், மரங்கள வெட்டுவாங்க. பொம்பளைங்க எல்லாம் போயி அவங்க வெட்டிப்போடற கிளைகளை தூக்கியாந்து கும்பலா போடணும்.

எழுந்து போறாங்க.வெட்டிப்போடப்பட்ட கிளைகளின் பச்சை மணம் பரவுது..மிக அடர்ந்த புதர்கள் கொடிகள் மண்டி இருக்கு. .பூச்சிகளும்,வண்டுகளும் பறக்குதுங்க ,நிறைய முறை பாம்பைப் பார்த்ததாக கோயிந்தன் சொல்லியிருக்கான்..பறவைங்க றக்கை அடிக்கற சத்தம்,சில்பூச்சி சத்தம், சரிவுல தண்ணி ஓடற சத்தம் எல்லாம் கேக்குது.

வெட்டி போடப்பட்ட கிளைகளை இழுத்துட்டு மேட்டுக்கு வரதுக்குள்ள அவளுக்கு மூச்சு வாங்குது.அங்கயிருந்து பார்த்தா சரிவு நல்லா தெரியுது. சுத்திலும் பச்சைப்பசேல்னு மலைங்க, சரிவுகளில் எல்லாம் காப்பித் தோட்டங்கள்.ராசு சின்னாப்பனும்,கோயிந்தனும் கத்திய புடிச்சு வெட்டறது இங்க இருந்து தெரியுது. .புதுசா காப்பிச் செடி வைக்கப்போறாங்களாம்.இத்தனை வளமையான மண்ணையும் ,தண்ணீரையும் அவள் தன் ஊரில் பாத்ததில்லை .மலை மேலயே பொறந்து வளந்திருந்தாலும் வெங்கட்டாவுக்கு இந்த குடகு மண்ணோட வளமையும், பசுமையான சரிவுகளும், தண்ணி வளமும் ஆச்சரியமாத்தன் இருக்கு.இத்தனை அகல அகல இலைகளோட கொடிகளும், பெரிய பெரிய அடர் வனங்களும் அவளுக்கு புதுசு தான்.

‘‘குடகில் தோன்றி தஞ்சையில் பாயும் காவிரி’’ன்னு பாடப் புத்தகத்துல படிச்சிருந்தாலும் காவேரி ஆற்றை இந்த கர்நாடகாவில் தான் பார்த்தாள்..போன நாயித்துக்கெழம வேல சய்யறவங்க எல்லாரும் கும்பலா துணியெல்லாம் மூட்டை கட்டி எடுத்துக்குனு ஆத்துக்குப் போனாங்க. வெங்கட்டா அத்தனை அகலமான ஆற்றை அப்பதான் பாக்கறா.

இந்த மண்ணோட வளம் காவிரி ஆற்றினால தான்.வெள்ளி நெறத்துல ஓடற தண்ணி சுழிச்சி சுழிச்சி சரிவுல எறங்குது.சின்ன சின்ன இலைங்க குச்சியெல்லாம் அடிச்சிகிட்டு ஓடறத வெங்கட்டா ஆசையா பார்த்தா.நம்ப ஜவ்வாது மலையில சின்ன சின்ன ஓடைங்க தான

இருக்கு.இப்பிடி பெரிய ஆறெல்லாம் இல்லைன்னு நெனைச்சா.

இந்தக்கரையிலிருந்து பார்த்தா வெறும் தண்ணி மட்டுந்தான் தெரியுது.நுரையோட பொங்கி வரத்தண்ணிய பாத்துக்கிட்டே இருக்கலாம். காலைச் சூரிய ஒளி தண்ணீரில் பட்டு வண்ணங்கள் தெறிச்சது. .லப்லப்பென தண்ணி சுழிச்சு ஓடற சத்தமும் மரங்களோட அசைவுகளும், பறவைங்க சத்தமும்,மனிதர்கள் பேசற குரல்களும் சேர்ந்து அவளுக்கு இதமா இருக்கு.ரொம்ப நாள் கழிச்சு சிரிக்கறா.அன்னிக்கு மத்தியானம் வரைக்கும் காவேரில இருந்தது அவளுக்கு நல்லா இருந்தது.

காவிரியையும் குடகையும் பத்தி யோசிச்சுகிட்டே இவ நிக்கும்போது கீழ இருந்து சத்தம் கேக்குது.

''பாம்பு அய்யோடி ..''

எல்லாரும் ஓடறாங்க.கோயிந்தன் வெட்டின புதருல இருந்து பாம்பை அடிக்கறாங்க.வெங்கட்டா உடல் பதறி பாக்கறா. செடியோட கிளையில சுத்திக்கிட்டு வால் அசையுது.சாம்பலும்,மண் வண்ணமும் கலந்த பாம்பு. ஓங்கி குச்சியால அடிச்சு வெளியில இழுத்துப்போடறாங்க.சின்ன குட்டி தான்.கண்ணு ரெண்டும் தலையில முட்டிகிட்டு தெரியுது.இவளுக்கு அந்த கண்களைப் பார்க்கவே பயமாக இருக்கிறது.மாலை மங்கும் இருட்டு,ஒளிரும் இரண்டு மிருக விழிகள்,மூச்சடைக்கிறது...

என்ன நினைத்தானோ மேனேஜர் அன்றைக்கு வேலையை போதுமென்று நிறுத்திவிட்டான்.பொதுவாகவே சாயந்தரம் நாலு மணிக்கு வேலையை முடிச்சிடறாங்க.மலைப்பகுதி என்பதால் சீக்கிரம் இருட்டிடும்.அவங்க எல்லாரும் போய்தான் சாப்பாட்டு வேலை செய்யணும் கடைகளுக்குப் போகணும் என்பதால் அனுப்பி விடறாங்க.

'' இத்த ஒரு கை புடிக்கா ''

வளர் ஒரு கை பிடிக்க கூடையைத் தூக்கி தலையில் துணி மேல வச்சுக்கறா. கழுத்து கணும் தாங்காம ஆடுது.கீழே இருந்த ஈர மண்ணை மிதித்து நடக்கிறாள். குச்சிகள் மிதிபடுகின்றன.கூடையிலிருந்து காப்பி பழங்களின் கொழகொழப்பு தலைமுடியிலும்,கழுத்திலும் வழியுது.மேட்டைத்தாண்டி இருக்கும் ஷெட்டுக்கு எல்லாரும் வரிசையாய் போகிறார்கள்.அங்கிருக்கும் எடை மெஷின் 'ட' வடிவத்தில் பட்டையாய் இருக்கிறது.அவங்கவங்க பழத்த எடை போட்டு அங்க இருக்கும் நோட்டில் சன்னப்பா குறிச்சுக்கறான். வெங்கட்டா கணக்கில் பதினெட்டு கிலோ வருது.

எல்லோரும் வேகமாய் நடக்கிறார்கள்.அவர்கள் தங்கும் குடிசைகள் சரிவில் தெரிகின்றன.இவள் உள்ளே போய் கரி படிந்த அலுமினியக்குண்டானை எடுத்து வருகிறாள்.குடிசை என்றுதான் பெயர்.ஒரு பக்கம் மட்டுமே அந்த பெரிய கெஸ்ட் அவுசின் காம்பவுண்ட் சுவர், மற்ற பக்கங்களுக்கு மூன்றடி தூரத்தில் கட்டைகள் வைத்து நீல வண்ண பிளாஸ்டிக் கவர்களையும்,யூரியா பைகளையும் இழுத்துக்கட்டி குடில்களாக்கி இருக்கிறார்கள்.எல்லோரிடமும் சில பாத்திரங்கள்,தட்டுகள் இருக்கு.ஊரிலிருந்து வரும்போதே சொசைட்டியில் கிடைக்கும் இலவச அரிசியும்,கொஞ்சம் உப்பு புளி மிளகா செலவும் எடுத்து வந்து விடுவார்கள்.எல்லாத்தையும் மூட்டை கட்டி வைத்திருக்கிறார்கள்.பக்கத்திலுள்ள தரைக்கிணற்றில் தண்ணீர் எடுத்து வந்து வரிசையாய் உலை வைக்கிறார்கள்.மாலை இருள் வரும் நேரத்தில் வரிசையாய் அடுப்புகள் செந்நிறமாய் எரிவதைப் பார்க்கிறாள்.வரிசை வரிசையாய் தீபம் ஏற்றி வைத்தது போல தெரிகின்றன .இருபது அடுப்பு இருக்கும்.எல்லாருமே கிட்டத்தட்ட சொந்தக்காரார்கள் தான்.

ஜவ்வாது மலைதான் இவர்கள் சொந்த ஊர்.எல்லோரும் பிழைப்பிற்காக இங்கு வந்திருக்கிறார்கள். மலைக் கவுண்டர்கள்'' என்று தங்கள் சாதியைச் சொல்லிக் கொள்கிறார்கள்.மலையில் எந்த

வேலையும் இல்லை . .சாமப்பயிரையும்,கெவுறையிம் நம்பி எத்தன நாள் இருக்கறது?பத்தாவது வரிக்கும் நெறைய புள்ளிங்க படிச்சிட்டு சும்மா சுத்தினு இருக்கறாங்க.காலேஜ் வரிக்கும் படிச்ச பிள்ளைங்களில் சில பேருக்கு தான் வேலை கிடைக்குது.மத்தவங்க எல்லாம் இப்பிடித்தான் குடகுக்கும்,திருப்பூருக்கும் மெட்ராசுக்கும் வேலைக்குப் போறாங்க.

ஆறுமாசம் சாமைப்பயிரையும்,மீதி ஆறுமாசம் கெவுறு,உளுவல் கொட்டையும் வெதச்சி,குளுரு நாளில் மஞ்சளான எள்ளுப்பூக்களப் பாத்துகிட்டு,ஆடு,மாடு மேய்ச்சுனு இருந்த ஜனங்க இப்ப இல்லை.

சாமை சோறும்,எகிரி(கீரை) சாறும்,உளுவல் கொட்டை (கொள்ளு) கொழம்பும்,கம்பு கெவுறு களியும்,கூழும் தான் முதல் உணவாக இருந்தது.உகாதிக்கு எள்ளும்,வெல்லமும் சேர்த்து எள்ளுப்பிண்டி இடித்து உருண்டை பிடிப்பார்கள்.கம்பை எந்திரக்கல்லில் திரித்து கம்ப ரொட்டி சுட்டு வெல்லம் வைத்து சாப்பிடுவதுதான் இனிப்பு. ஆடு, மாடுல எல்லாம் பால் கறக்கற பழக்கமே இருந்ததில்லை எல்லாம் குட்டிங்களுக்குத்தான்.தேவங்கும்படற நாளுல ஆடு,கோழி அறுத்து சாப்பிடுவார்கள்.காடுகளில்,கரைகளில் எலிகள், உடும்பு, காட்டுக்கோழி,பறவைகளைப் பிடித்து சுட்டுத் தின்பார்கள்.

ஆடி மாசத்துல சாமப்பயிர் வெதச்சி விட்டுட்டா அதுவே வளரும்.பூச்சி மருந்து அடிக்கறதெல்லாம் தேவையில்ல.அந்த மண்ணுல தானா வளருற பயிர் அது.வேலி போட்டா போதும்.

ஐப்பசி,மார்கழி மாதங்களில் கொல்லைகளெங்கும் பேய் எள்ளுச் செடிகள் விளைந்து சரிவுகளெங்கும் மஞ்சள் காடுகளாய் இருக்கும் அற்புதக் காட்சிகளுக்கு நடுவில், மொச்சைக்கொடிகளும்,காராமணிப் பயிறும் சிவந்த கீரைகளும் வளர்ந்த தோட்டங்களில்,போர்வைகளைப் போர்த்திக் கொண்டு குத்தவைத்து குளிர்காய்ந்து அமர்ந்திருக்கும் மலை மக்களைப் பார்க்கையில் மற்ற ஜனங்களுக்கு ஆச்சரியமாய்தான்

இருந்தது. அவர்களைச் சுற்றிலும் ஆடுகளும், மாடுகளும் இருக்கும். உண்மையில் அவைதான் நம் ஆதி பழங்குடி மரபு. எளிய உணவும், மேய்ச்சலுமே மனித குலத்தின் அடிப்படை.

அவர்கள் வாழ்வு முறைகளே மிகவும் அமைதியாய்., மெதுவானவையே. அவர்கள் உடல் வலுவும் அந்த வாழ்க்கை முறையால் வருவதே. ஆனால் நாகரீகங்கள் அவர்களையும் அலைய வைக்கின்றன.

தேவைகள் குறைவான வாழ்க்கை முறைக்கு அந்த நாளுல அப்பிடி பொழச்சது சரியா இருந்தது. இப்ப உள்ள நாகரீகத்துல மற்றவர்களைப் போலவாழறதுக்கு ஆசை வந்துடிச்சி. பரோட்டவும், சிக்கனும், பிரியாணியும், பிரைட் ரைசும், பேக்கரிகளும் பரவுகின்றன. ஜீன்சும், சுடிதாரும், ஸ்பிளெண்டர் பைக்குகளும் வருகின்றன. அவர்களும் ஓட எண்ணுவதும், மாடர்னாக மாறுவதும் இயல்பானதே. தர்க்கங்களுக்கு அப்பால் அவையெல்லாம் அனைவருக்குமான அடிப்படை உரிமைகளே.

அவற்றுக்கெல்லாம் பணம் வேண்டும். அதற்கான எந்த வழிமுறையும், வேலை வாய்ப்பும் மலையில இல்லை. இப்பிடி குடும்பம் குடும்பமா பொழப்பு தேடி மாசக்கணக்குல வெறும் தரையிலயும். குளுருலயும் கெடந்து சொற்ப பணத்த சம்பாரிச்சு பொங்கலுக்கு ஊருக்கு போறது மட்டுந்தான் இவங்களுக்கு பெரிய இலட்சியமா இருக்கு.

வெங்கட்டா தனக்கும், அம்மா காசிக்கும் சோறாக்கி, மொச்சக் கொட்டை போட்டு குழம்பு வைக்கிறாள். சாப்பாட்ட எடுத்து உள்ள வச்சிட்டு கெணத்தடிக்கு குளிக்கப்போறா.

குழந்தைகளின் அழுகையும், கூக்குரல்களும், பெண்களின் சலசலப்புகளும், கூவி அழைக்கும் சப்தங்களும் கலவையாய் ஒலிக்கிறது. நிறைய குடிசைகளில் மண்ணெண்ணெய் காடா

விளக்கொளியிலும்,சிறிய எமர்ஜன்சி பேட்டரி விளக்கொளியிலும் அமர்ந்து குழந்தைகள் தட்டங்களில் உள்ள சோற்றை வாரித் தின்கிறார்கள்.சூட்டில் கைகளை உதறிக்கொள்கிறார்கள்.அத்தனை குடும்பங்களுக்கும் அந்த ஒரு வேளை உணவுதான் சூடாக உண்பது.மீதி சாப்பாட்டை அடுத்த நாள் காலைக்கும்,மதிய கஞ்சிக்கும் வைத்துக் கொள்வார்கள்.பிள்ளைகள் எந்நேரமும் பசியில் அலையும்.அந்தக் காட்டுப் பகுதிகளில் கிடைக்கும் காய்களையும், கொட்டைகளையும் தின்று கொண்டிருப்பார்கள்.சில வேளைகளில் இவர்கள் வேலை செய்கையில் பக்கத்திலுள்ள கொல்லைகளிலிருந்து கன்னடத்தில் ராகி எனப்படும் கேழ்வரகுக் கதிர்களை உறுவி வந்து தீ மூட்டி வாட்டி உண்கிறார்கள்.இவளுக்கு அதையெல்லாம் பாரக்கையில 'ஐயோ இந்தப் பிள்ளைங்களுக்கு ஏதாவது செய்ய முடியலயேன்னு இருக்கு.

.அவளுக்கு வேலை கடினமாக இருந்தாலும் மனசுக்கு இந்த இடம் மாறுதலா இருக்கு.

இரவு சாப்பிட்ட பிறகு வளரும்,அமுதாவும் வந்து அம்மாவிடம் பேசிக்கொண்டிருக்கிறார்கள்.வேலை செய்யும் நேரம் முழுவதும் பேசியும் அவர்களுக்குத் தீரவில்லை.அம்மாவுக்கும் இவர்களுக்கும் ஊர் பற்றின கதைகள் ஏராளமாக இருக்கு.

''தாயே இது இன்னாடி காசாறமாக்கீது,மோட்லாப்பட்டு கனகாவ எழந்தையன் பொண்ணு தூக்கினு பூட்டானாமே.அவனுக்கு தண்ணி போட்டு நாட்டாரு தூர வச்சிட்டானாமே'' என்ற வகையிலான பேச்சுகளே அதிகம்.

அவர்கள் பேசிக்கொண்டிருக்கையில் இருளில் ஒளிரும் நட்சத்திரங்களைப் பார்த்தவாறு அமர்ந்திருக்கிறாள் வெங்கட்டா.

குளிர் அதிகமாகிறது.அம்மாவும் அவளும் குடிலின் உள்ளே ரட்டிப்பைகளை விரித்து அதன்மேல் துணி விரித்து படுக்கிறார்கள்.

மேலே ஆளுக்கொரு ரட்டிப்பையைப் போர்த்தியிருந்தாலும் குளிர் ஊடுருவுகிறது.அம்மா இருமுகிறாள்.

வெங்கட்டா தங்கள் மஞ்சம்புல் குடிசையில் குளிருக்கு அடக்கமாய் படுதுதிருந்ததை நினைக்கிறாள்.

மஞ்சம்புல் வேய்ந்த குடிசையில் அம்மா,ஆயா எல்லோரும் வரிசையாய் படுத்திருப்பார்கள்.மூலையில் அடுப்பில் நெருப்பு எரிந்து கனிந்த துண்டுகள் வெம்மை பரப்ப எல்லாரும் போர்வைக்குள் சுருண்டு படுத்துக் கொண்டே ஆயா சொல்ற கதைங்கள கேட்டுகிட்டே தூங்குவாங்க..

சட்டென அடிவயிற்றைத் தொட்டுப் பாரக்கிறாள்.உடல் விசித்து துயர் பொங்குகிறது.நடுக்கம் அதிகரிக்கிறது.ஏன் எனக்கு இப்படி ஆகிடுச்சு? வேங்கடம்மாவே,வெள்ளாண்டப்பனே எதுக்காக என்ன இன்னமும் உசுரோட வச்சிருக்க.என் ஆத்தாவும் எங்கூட இந்த கண்காணாத நாட்டுல வந்து இருக்காளே..எங்க அம்மையும், அப்பனும்,ஆசாளும்,சீயனும் இருந்த ஊருல எங்க மலையில என்ன இருக்க முடியாத பண்ணிட்டயே..எங்க ஊருக்கு நான் திரம்ப போவணும்.காளியாத்தாவே,ரேணுகாம்பாவே காலங்காலமா எங்க குடும்பம் நாட்டாரு குடும்பமா தான மலையில நல்லா இருந்தோம். எங்க அப்பன் சந்தனக்கட்ட வெட்டனான்.அதுக்கு நான் இன்னா பண்ணட்டும். என் வாழ்க்கைய இப்பிடி பண்ணிட்டயே. கோணிப்பைக்குள் சுருண்டு கொள்கிறாள்.கண்ணீரு பெருகுகிறது.

தலைமுறைகளாய் அவர்கள் வாழ்ந்த மலை,பதினாறு வயது வரை அவள் சுற்றித்திரிந்த ஊர்,அங்கு எந்த உறவும் இல்லை என்று அவளை விரட்டி விட்டிருக்கும் ஊழ்.அவள் நினைவுகளெல்லாம் நிறைந்திருக்கும் பனிக்காற்று வீசும் குளிர் காலங்கள்.. எப்படியாவது அம்மாகிட்ட கெஞ்சி திரும்ப அங்க போகணும்னு மனசு உருளுது.அவளின் இனிய நாட்கள் அங்கிருந்தவையே.

பெரிய வசதிகளோ,நாகரீகமோ இல்லாத இடமாக இருந்தாலும் அவர்கள் அங்கு நிறைவாகவே இருந்தார்கள்.வெங்கட்டா அங்கு எந்த கவலைகளுமின்றி திரிந்தவள் தான்.

ஜவ்வாது மலை மரங்கள் அடர்ந்த சரிவுகள்,பனிக்காற்று வீசும் பள்ளத்தாக்குகள்,அடர்வனங்கள் என்று நீண்டு படர்ந்திருக்கிறது

பெரிய பெரிய கரும்பாறைகள்,மேலயெல்லாம் எட்டிமரத்து இலைகள் விழுந்து காஞ்சி கெடக்கு.கண்ணு பாக்கற தூரம் வரைக்கும் காய்ந்த சருகுகள் மூடியிருக்கு,உயர உயரமாய் எட்டி மரங்கள்,கருத்த இலைகளும்,வெளிர்பச்சை துளிர்களும்,உருண்ட உருண்டையா பச்சை எட்டிக்காய்களும்,மஞ்சளா எட்டிப்பழங்களும் காய்ச்சு மரங்க முழுக்க இருக்கு,

ஒரு எட்டி மரம் முழுக்க பச்சையா எட்டிப்பூவுங்க பூத்து கடும் வாசத்தோட இருக்கு.மரத்தடி முழுக்க சின்ன சின்ன பச்சை எறும்புங்க மாதிரி எட்டிப் பூக்கள் விழுந்து பரவியிருக்கு.

உருண்டை வடிவத்து இலைகள் ,அடர்ந்த இருவுடி மரங்கள்,சரம் சரமா இலைகள் தொங்கும் இயல்வாகை மரங்கள்,பெரிய கிளைகள் ஒண்ணோட ஒண்ணு ஓரசுர தான்றி மரங்கள்,சின்ன சின்ன தான்றி மரப்பூவெல்லாம் காத்துல பரந்து விழுது. தான்றி மரங்கள் மேலயெல்லாம் வெத்தலக்கொடி மாதிரி ஒரு கொடி பரவியிருக்கு. அந்தக் கொடியிலெல்லாம் பட்டை பட்டையா வளைஞ்ச காய்கள் தெரியுது.சில காயெல்லாம் வெடிச்சி அதுலயிருந்து பஞ்சு பறக்குது.இந்த மலையில இதை கரண்டிக் காயின்னு சொல்வாங்க. அகப்ப மாதிரி பயன்படுத்துவாங்க.

உயர உயரமா காட்டுவாகை மரங்க நிக்குது.மரத்தடியில மழத்தண்ணி ஓடி ஓடி மெத்து,மெத்துன்னு வெள்ளையாவும் ,கருப்பாவும் மண் இருக்கு.

பெரிய பெரிய.தேக்க மரங்கள்.அகலமான எலைங்க.அது மேலெல்லாம் எறும்பு கூடு கட்டியிருக்கு.

சிவப்பான பழங்களோட சவட்டைப் புதர்கள், பெரிய பெரிய ஊதா வண்ணப் பூக்கள் பூத்த ஊமத்தம் புதர்கள் இலைகளால மூடிக் கெடக்கு. சிவப்பும் ,பச்சையுமா உருண்டை உருண்டையான கொத்து கொத்தா காய்ச்சியிருக்கற அழிஞ்ச பழம் மரங்கள். இலையெல்லாம் நீள நீளமா செழித்திருக்கு.எல்லா மரத்து மேலயும் ஊனாங் கொடிகளும்,கர்லாங்கொடிகளும் சுழன்று சுழன்று ஏறி ஊதாப் பூக்களும்,குட்டி குட்டி காய்களுமா படர்ந்திருக்கு.

மணிப்புங்கன் மரங்கள் மஞ்சள் வண்ண அடித்தண்டுகளுடன் கும்பலாய் நிற்கின்றன.பூங்கொத்துகள் போல இலைகள் குவியல் குவியலாய் இருக்கு.வெளுத்த நிறத்தில் பூக்களும்,பசுமையாய் இதய வடிவத்தில் உருண்ட மணிப்புங்கன் காய்களும் நெறஞ்சிருக்கு.

சின்ன சின்ன மைனாக்கள் கொத்தி திரிகின்றன.

உயர்ந்த கடுக்காய் மரங்கள்,வெண்ணிறத் தண்டுகளுடன் நாவல் மரங்கள்,கருநீல நாவல் பழங்கள்.சின்ன முட்களோட கரு நாகினி மரங்கள்,உயரிய ஆச்சா மரங்கள்,இன்னமும் பேர் தெரியாத பலவகை அடர்ந்த தாவரங்கள் என்று காடு வளமையாய் இருக்கிறது.

சாம்பல் வண்ண நுணா மரங்கள். உயர உயரமாய் தடித்த மலை வேம்புகள்.சடை சடையாய் காய்த்து தொங்கும் பெரிய மலை வேப்பங்காய்கள்.நாவல் பழங்கள் உதிரும் காட்டோடைகள்.

கருமையான வேங்கை மரங்கள் பொன்னிற மலர்கள் பூத்து சொரிந்து நிற்கின்றன.கொத்து கொத்தான காய்களோட நெறய செடிகள் அடர்த்தியா இருக்கு.ஊதாவும்,மஞ்சளும்,வெள்ளையுமா சின்ன சின்ன மூக்குத்திப் பூக்கள் புல் பரப்புல தெரியுது.

காடு முழுக்க வண்டுகள்,வண்ணாத்திப் பூச்சிகள்,தும்பிகள்,சின்ன பசும் புழுக்கள்,எறும்புகள்,சிறு உணர்கொம்புள்ள தத்தும் பூச்சிகள்,அடர்பச்சை இலைகளில் ஊரும் கம்பளிப்புழுக்கள்,மெத்து மெத்தென்ற அவற்றின் கருஞ்சாம்பல் உடல்,சிறு கண்களை உருட்டும்

குட்டிப் புழுக்கள்,பெரிய பெரிய சிவப்பு முசுக்கொட்டை எறும்புகள்,தலைமட்டும் பெருத்த கட்டெறும்புகள்,கூடு கட்டும் சிவப்பு எறும்புகள்,கருமையும்,சிவப்புமான வண்டுகள்,சிவந்த தலையை ஆட்டும் ஓணான்கள்,வாலைச் சுருட்டும் பச்சோந்திகள், பெரிய மரப்பல்லிகள் ,வெண்ணிறக் கோடுகளுடன் மின்னும் பாம்பரணைகள், ரீங்கரிக்கும் கொசுக்கள்.

சிறிய மஞ்சள் வண்ண பாம்புகள்,கூரிய மூக்குடன் இரு கண்கள் முட்டும் பச்சைப் பாம்புகள்,மஞ்சள் உடல் மின்னும் சாரைப் பாம்புகள்,கருமையான கட்டுவிரியன்கள்.,சுருளும் மலைப் பாம்புகள் ..நீருக்குள் அமிழும் தண்ணீர் பாம்புகள்..

காடெங்கும் பறந்து திரியும் கருமையான வாலாட்டிக் குருவிகள்,பள பளவென்ற அவற்றின் மின்னும் கருமை,உப்பிய வயிற்றுடன் தவ்வும்,மண் வண்ண தவிட்டுக் குருவிகள்,ஓரத்தில் சிவந்த சிறகுகள் கொண்ட அடைக்கலான் குருவிகள்,மஞ்சள் வண்ண அலகுகளுடன் தவ்வும் மைனாக்கள்,இரத்தமாய் சிவந்த விழிகள் மட்டும் தெரிய அடர் இலைகளிக்குள் மறைந்து இக்கூவ்,.,என்று கூவும் குயில்கள், முடியற்ற கழுத்துடன் அகல றெக்கைகளுடன் அமர்ந்திருக்கும் பிணந்தின்னிக் கழுகுகள் ,இலைகளில் இருப்பதே தெரியாமல் திடீரென வரிசையாய் பறக்கும் பச்சைக் கிளிகள்,மண் நிற உடலில் வெள்ளைப் புள்ளிகள் கொண்ட மணிப்புறாக்கள், கருமையான முட்டைகளை மரப்பொந்தில் இட்டு அடைகாக்கும் காட்டுக்குருவிகள்,வாயில் சிறு மீனைக் கவ்வி கொண்டு வந்து குஞ்சுகளுக்கு ஊட்டும் வல்லான்கள் ,ஏரிகளின் நாணற்புதர்களில் நிற்கும் நாரைகள் ,நீலவண்ண மீன்கொத்திகள்,பாதி நீரில் மூழ்கி எழும் நீர்க்கோழிகள்,

ஊதாவும், வெள்ளையுமாய் பூத்திருக்கும் பெரிய ஊமத்தம்பூக்கள், பசும் இலைகளே தெரியாத வண்ணம் பொன்னிறமாய் சரம் சரமாய் மலர்ந்த கொன்றை மலர்கள் ,மஞ்சளும்,

சிவப்புமாய் சிறு கொத்தான புளியம்பூக்கள்,ஊதா வண்ணச் சிறிய புங்கன் பூக்கள்,கொடிகளில் சிறு சிறு மணிகள் போன்று நீலமாய் பூத்திருக்கும் தாளப்பூக்கள்,முட்செடிகளில் பலவண்ணமாய் பூத்திருக்கும் லண்டானாப் பூக்கள்,சிவந்த கல்யாண முருங்கைப்பூக்கள், வெண்ணிற மரமல்லிகைப் பூக்கள்,நீரில் படர்ந்திருக்கும் நாணற்பூக்கள்,சிறு சங்குகளாய் பகன்றைப் பூக்கள்,வெண்மையாய் மலர்ந்திருக்கும் அல்லி மலர்கள்,நீலமாய் இருக்கும் கருங்குவளைப் பூக்கள்,காட்டு வாகைப் பூக்கள்,

பசுமையான இலைகள் சூழ்ந்த காடுகள்,சரியும் மலைச் சிகரங்கள்,சூழும் பனி,மெல்லிய காற்று

ஜவ்வாது மலையின் எட்டிமரத்தூர் தான் அவர்கள் ஊர் .

''வேங்கட்டா ஏள்ந்திருடீ.நானும் ஆசாளும் கெவுறு அறுக்க போறம்.நீ வூடெல்லாம் வெளக்கிட்டு கெளி களாறி,எகிரி கடஞ்சி எடுத்தா''

கண் எரியுது.அம்மாவும்,குப்பாயாளும் அறுவாளை எடுத்துனு போறாங்க.

எழுந்து வந்து முற்றத்தை பெருக்கி சாணம் கரைத்து தொளிக்கிறா.சாணப்பால் தரையில் சேர தொடப்பத்தை வச்சி பட்டையாய் தீட்டுறா.அழுத்தமா தரையில தொடப்பத்தை வச்சி வரிசையா தேச்சது வளைவு வளைவா அழகா படிஞ்சிருக்கு.

மூங்கில் கூடையிலிருந்த மொக்கு மாவை எடுத்து கோலம் போடுறா.பதனஞ்சு புள்ளியில அழகா கோலத்தைப் போட்டு ஓரத்துல செம்மண் இழுக்கறா.மாடு ம்பே..ன்னு கொரல் குடுக்குது.எல்லா மாட்டையும் அவுத்தி வுட்டுட்டு பெருக்கி சுத்தம் பண்றா.

நாலடி ஒயரந்தான் அந்த வூடு.மண்ணு செவுறு.மஞ்சம்பில்லு நல்லா அரி அரியா வச்சு கட்டி கூர.ஒரே ஒரு சன்னல் தான். அரையடி

அகலத்துல..தரை முழுக்க காரை தேச்சி மழுமழுன்னு இருக்கு.பின்னாடி பக்கம் போயி மண்ணுல பாதி பொதச்சி வச்ச பெரிய பானையிலிருந்த தண்ணிய எடுத்து மொகத்தக் கழுவறா.பானத்தண்ணி சிலீர்னு இருக்கு. அதுக்கு பக்கதுல இருக்கற அடுப்புல வெறகை வைக்கறா.மண்ணு வச்சி மொழுகுன அடுப்புல பானையத் தூக்கி வைக்குறா.தண்ணி தளும்பி வழியுது.

பெரிய வெறகுங்கள இழுத்து விட்டுட்டு சின்ன சின்ன சுள்ளிங்கள ஒடச்சி மேல வச்சிட்டு வத்திப்பொட்டி எடுக்க உள்ள போறா. ராஜேஸ்வரியும், கோபாலும் ஓரத்துல உருண்டு தூங்கறாங்க.அவங்கள உசுப்பி எழுப்பறா.ஓரத்துல இருக்கற மாடத்துல வத்திப்பொட்டி தேடறா. அப்பனக் காணம் . காலங்காத்தாலயே போயிடுச்சி போல.இப்பல்லாம் கட்ட வெட்ற மண்ணுக் கவுண்டன் கூட சேந்துக்கிச்சி.அம்மாவும்,ஆசாளும் வாணாம்னு சொன்னா கூட கேக்காத அவனுங்களோட சேந்துக்கினு சந்தனக் கட்ட வெட்டப் போவுது.

வத்திப் பொட்டியக் காணம்.அப்பன் படுக்கும் எடத்துல தேடறா.. இல்ல.

அப்பன் சரட்டையும், சோமத்தையும் (வேட்டி) சுருட்டி வைக்கற பையப் பாக்கறா.அதுவுள்ள இருக்குமான்னு தேடறா.

''அய்யோடி இது இன்னாடி இவ்ளோ பணம் கட்டு கட்டா இருக்குது.ஆயிரம் ரூபாய்க்கு மேல இருக்கும் போலயே.கட்ட துட்டா.அய்யோ இந்த அப்பனுக்கு என்ன சொன்னாலும் தெரியாதா.அவள் கைகள் நடுங்குது.அப்படியே பணத்த உள்ள வச்சி திணிச்சிட்டு பைய வச்சிடறா.

ஹூட்டுக்குள்ள இருக்கற அடுப்பங்கர பொறயில வத்திப்பெட்டிய எடுத்துக்கிட்டு வெளியில வரா.

அடுப்ப பத்த வைக்கறா.பனிக்காத்து வீசுது.சுள்ளிங்க பத்திக்கிட்டு

லேசா பொகையோட எரியுது.அப்பிடியே வெறகுங்க பத்திக்கிட்டு தீ அழகா செவந்து எரியுது.தண்ணி சலசலன்னு கொதிக்குது.பக்கத்துல மண்ணுல பொதச்சி வச்சிருக்கற கல் ஒரல்ல சாம :அரிசிய போட்டு ஒலக்கைய வச்சி லேசா இடிக்கறா.சாணம் மெழுகி வச்சிருக்கற சின்ன மொறத்துல சாமைய அள்ளிப் போட்டு பொடைக்கறா.உமியத் தனியா கொட்டி வைக்கறா.சாம அரிசிய கல் சட்டியில போட்டு கழுவி ,கல்லு இல்லாம எடுத்து கொதிக்கற தண்ணியில போடறா.குமிழ் குமிழா நொரை வருது.தேங்கா மூடி கொட்டாங்குச்சியில பட்டயா குச்சிய நொழச்சி செஞ்சி வச்சிருக்கற அகப்பயால மேல வர் தூசையெல்லாம் எடுத்து கீழ ஊத்திட்டு ,கௌறி விடறா.கோழிங்க வந்து உமியப் பொறுக்குது.

அடுப்ப நல்லா எரிய விடறா.சாம அரிசி வேற, வாசனை நல்லா இருக்கு.எழுந்து போயி சாமக் கொல்லயில பண்ணக்கீரையக் கிள்ளறா. எகிரி எளசாஇல்லன்னா ஆயா திட்டுவான்னு பாத்துப் பாத்து சின்ன சின்ன எலையா கிள்ளறா.நீளமாவும்,வட்டமாவும் பச்சையும்,ரோசும் கலந்த கலர்ல பண்ணக்கீரையப் பாக்கவே ஆசையா இருக்கு. .மடியில சேந்த கீரையத் தொட்டுப் பாத்துட்டு அடுப்புகட்ட வரா.

அடுப்ப கௌறி வுடறா.ஆப்பையில எடுத்து.அரிசிய வெரல்ல அழுத்திப் பாக்குறா.பாதி வெந்திருக்கு.வீட்டு அட்டத்துல இருந்த கருத்த பானையில இருந்து மாவ எடுக்கறா.சின்ன மண் வட்டில்ல போடறா.மாவு இடிச்சி நாலு நாளாச்சி.நல்ல சந்தனக்கலர்ல வாசனையாயிருக்கு கம்பு மாவு.அடுப்ப கொறச்சி வச்சிட்டு,மூங்கில் கொழலுல இருந்து. .கல்லு உப்ப எடுத்து போட்டு,மாவக் கொஞ்சங்கொஞ்சமா போடறா.அகப்பையத் திருப்பி புடிச்சி காம்பால கௌறி உடறா.மீதி மாவையும் போட்டு எட்டிப் பாக்கறா.மாவு மேல முட்ட முட்டயா தண்ணி கொதிச்சி வருது.துணியப் புடிச்சி அப்பிடியே மண் சட்டிய தூக்கி ரெண்டு பக்கமும் சொழட்டி கீழ வைச்சி அகப்ப

குச்சிய வச்சி களிய நல்லா கிண்டறா.சட்டிய காலுல வச்சி புடிச்சிக்கறா.

கல் சட்டிய எடுத்து அகப்பையில களியவாரி அதுல போட்டு ரெண்டு பக்கமும் சொழட்டவும் உருண்டையா கம்பங்களி நிக்குது.அப்படியே இன்னொரு சட்டியில உருண்டைங்கள அடுக்கி மூடியாச்சு.

சின்ன மண் சட்டிய அடுப்புல வச்சி அடுப்ப ஏத்தி விட்டு ,மடியில இருக்கற எகிரிய மூங்கில் குறுக்கியில போட்டு அலசுறா.மண்ணில்லாத தண்ணிய வடிச்சிட்டு கீரைய சட்டியில போட்டு தொழாவி விட்றா.பக்கத்துல இருக்கற ஊசி மொளகாச் செடியில இருந்த மேல நீட்டிக்கிட்டு இருக்கற செவப்பு மொழகாப் பழங்களப் பறிக்கறா.இந்த மொளகா மத்தத மாதிரி பெருசா இல்லாம ,மெல்லிசா சின்ன கோடு மாதிரி சாதாரண மொளகாயில பாதி நீளந்தான் இருக்கு.மொளகாயும் உப்பும் போட்டு லேசா தண்ணி தெளிச்சி வதக்கறா.கீர வதங்கற வாசன வருது.

எரியிற அடுப்பையே பார்த்துட்டு இருந்தவளுக்கு அப்பனைப் பத்தின யோசனை,.

அடுப்பத் தணிச்சி கீரைச் சட்டிய எறக்கறா.புளி பானையில இருந்து உருட்டி எடுத்துட்டு வந்த புளிய கீரையிலப் போட்டு மத்த வச்சி நல்லா மழுமழுன்னு கடையறா.

சின்ன மண் ஓட்டை அடுப்புல வச்சி கழுத்துல கயிறு கட்டன கண்ணாடி சீசாவுல இருந்து எண்ணெய ஊத்தி ரெண்டு கடுவு போட்டு தாளிதம் பண்ணி கடஞ்சு வச்ச எகிரியில கொட்டுறா.கீரை வாசனை அருமையா வருது.

பக்கத்துல இருக்கற புளியாமரத்துல இருந்து களாயப் புடிச்சி வளைக்கறா.அதுல இருந்து பிஞ்சுகளையும் ,,துளிருங்களையும் உருவி எடுத்துட்டு வந்து அம்மிக் கல்லுல வைக்கறா.கருமையான

அம்மிக்கல்லில் மெல்லிசா பச்சையா இருக்கற புளியம் பிஞ்சையும்,செவப்பான துளிரையும் வைக்கறா,ஒரு கல் உப்பும்,நாலு ஊசி மொளகாயும் சேத்து வச்சி அரைக்கறா.வழிச்சி வச்சி அரைக்கையில கை எரியுது.புளியம் பிஞ்சும்,மொளகாயும் சேந்து பச்சையும் செவப்புமா ஊறகா நல்லா வந்திருக்கு .வெரலுல தொட்டு நாக்குல வச்சி பாக்கறா.புளிப்பும்,காரமும் நாக்குல சளீர்னு ஏறுது.களிக்கு நல்லாருக்குமுன்னு சொல்லிக்கறா. களிய எடுத்துனு போயி கெவுறு கொல்லையில குடுக்கும்போது அம்மாகிட்டயும் ,ஆயா கிட்டயும் அப்பன் பணம் வச்சிட்டு இருக்கறத சொல்றா. அவங்க ரெண்டு பேரும் அப்பன் கோட்டக்கவுண்டனத் திட்றாங்க.

குசாமி மாமா வீட்டுப் பின்னாடி இருக்கற கொய்யா மரத்துல ஏறிக் காய் பறிக்கறதுன்னா இவளுக்கு எப்பவுமே கொண்டாட்டம்.நல்ல செவப்பு கொய்யாக்கா.மடி நெறய அறுத்து மரத்து மேலயேத் தின்னுவா.

ஆனாக்க மஞ்சளா அய்த்த இப்பல்லாம் திட்டறா.வயசுப் பொண்ணு இப்பிடி மரத்துல ஏறாத..

அதல்லாம் இவ காதுல விழுமா? சுமதி கூட சேந்துக்கிட்டு மரத்துல ஏறத்தான் செய்யறா.அப்பிடியே பாக்யாவையும் சேத்துக்கிட்டு தான்றிமரக்கெணத்துக்குப் போறாங்க.பெரியபையன் சீட்டன் கொல்லயத் தாண்டித்தான் கெணத்துக்குப் போவணும்.சாமப்பயிறு பசேல்னு தெரியுது.வரப்பில் போகயில குனிஞ்சி கொல்ல ஓரத்துல மண்ணுல பொதைஞ்சு இருக்கற வெள்ளக்கல்லுங்கள பொறுக்கி எடுத்துக்கறாங்க..மழமழன்னு அந்தக்கல்லுங்க அஞ்சாங்கா விளாட நல்லாருக்கும்.மடியில் இருக்கற கல்லுங்க சட்டக்குள்ள வயித்த ஓரசறது கிச்சலக்கா காட்டற மாறி இருக்கு.அந்த சொகத்துல சிரிக்கறா. இப்பல்லாம் பாவாடச்சட்ட போட்டா அம்மா,ஆயா எல்லாந்திட்டறாங்க.

‘‘ மேலத் துணியப் போடுடீ’’

தொட்டாச்சுருங்கிச் செடியப் பாத்ததும் உக்காந்துக்கறா.சுமதியும் இவளும் கை வச்சி வச்சி செடியச் சுருங்க வக்கறாங்க.எவ்ளோ குட்டியா எல ரோஸ்கலர் பந்து மாறி பூவுங்க.மேல பச்ச கலர்ல இருக்கற எலைங்க சுருங்கனா அடியில இருக்கற கருஞ்சிவப்பு தெரியுது.

எங்கம்மா சொல்லுச்சி தொட்டாச்சுருங்கிச்செடி பொம்பளயாம். அதான் தொட்ட ஒடனே சுருங்கிக்குது. சுமதி சொல்றா.

''ஏண்டி ஆம்பளங்கல்லாம் பொம்பளயத் தொடறதுக்கு வறானுங்க.

''அவனுவளத்தான் கேக்கணும்...அன்னிக்கி சந்தைக்குப் போயிட்டு வர்ரப்ப அந்த சவுரி பாவடையத் தொட்டாண்டி.ஓடி வந்துட்டேன்.

வெங்கட்டா இங்கப்பாரு குருவிப்பொன்னு.பாக்யா கூவுகிறாள். சாமைக்கொல்ல ஓரத்துல நல்ல கருப்புல பாறைங்க இருக்குது.அத்தப் பாக்கயில எரும மாடுங்க படுத்துட்டு இருக்கற மாறித் தெரியுது.ஒரு பாறையில கல்லு ஒடச்ச எடத்துல செவப்பும்,தங்கமும், வெள்ளியும் கலந்த நெறத்துல குருவிப்பொன்னு மின்னுது. அத்த தொட்டுப் பாக்கறாங்க.காலைல சூரிய வெளிச்சத்துல பாறை அப்பிடியே ஜொலிக்குது.

''இது மட்டும் நெசப்பொன்னா இருந்தா எப்புடி இருக்கும்? ''

'' நாம்ப அப்டியேத் தூக்கினுப் போவலாம்.''

பாறையில் கடப்பாறையால போட்ட துளைகளில் மழத்தண்ணீத் தேங்கி நிக்குது.அந்த இருண்ட கருப்புத் தண்ணியில சின்ன புழுவுங்க நெண்டுது. வெங்கட்டா அதையேப் பாக்கறா.

பாறையை ஒட்டி நிக்கற எட்டிமரத்துல மஞ்ச மஞ்சளாப்பழங்க நெறய இருக்குது.கீழயும் பாறயிலயும் நெறய பழங்க விழுந்து இருக்கு.கீழ விழுந்து ஒடஞ்ச பழங்க கருப்பா,ஆரஞ்சா,சிவப்பா செதறி குச்சிகளும்,காஞ்ச எலைகளும்,எட்டிப் பழங்களோட உள்ளிருக்கற

கொழகொழ சதையுமா அந்த எடம் முழுக்க ஒரு கசப்பு வாசன வருது.மூவரும் கொட்டைகளையும்,பழங்களையும் சேகரிக்கிறார்கள்.

எட்டிப்பழங்களை ஒடச்சவ அடர்த்தியான கஞ்சி போல இருக்கற உள் பகுதிய மெத்து மெத்தென்ற மண்ணுல போட்டு புரட்டுறா.

'' நீ எவ்ளோ புங்காங்கொட்ட சேத்துக்கற சுமு''

''ரெண்டு சேரு இருக்கும்,வியாழக்கெழம சந்த நாள்ல லேம்ப் சொசைட்டில போடலாம்.''

''அந்த கிளிப்பும்,ஹேர்பின்னும் வாங்கணும்.அதுக்குள்ள எங்க ஆத்தா புடுங்குகிக்குவாளோ என்னாவோ.''

எட்டிக்கொட்டயும், புங்கங் கொட்டயும் என்னாடி பண்ணுவாங்க.?''

சோப்பு பேக்டரிக்கு... எண்ண எடுப்பாங்களாம்''

.மண்ணில் புரட்டிய எட்டிப்பழத்திலிருந்து கொட்டைகளைப் பிரிக்கிறாள் .மண் நிறமும்,காபி நிறமும் கலந்து காசுகள் போல வட்ட வட்டமான எட்டி விதைகள் கண்ணைப் பறிக்கின்றன.

விதைகளை அகலமான காட்டுப்பூசணி இலைகளில் சுற்றி எடுத்துக்கொள்கிறார்கள்.

ஓரங்களில் அடர்பச்சை இலைகளுடன் சவட்டைச்செடிகள். புதர்களெங்கும் கொத்து கொத்தான சிறிய உருண்டைப் பழங்கள்.ஒரு கிளையை உடைத்து இரண்டு பக்கங்களிலும் செடிகளை அடித்தவாறு நடக்கிறாள்.தூங்கு மூஞ்சி மரங்கள் உயர்ந்து நிற்கின்றன.காய்களின் கலகலப்பு.உதிரும் இறகுகளைப் பிடித்து ஒருவர் மீது ஒருவர் ஊதுகிறார்கள்.இரு புறமும் அடர்ந்த மரங்ளுக்கிடையே அவ்விடம் குளுமையாய் இருககிறது.மழை நீர் ஓடி ஓடி அங்கு வெண்மையும் கருமையும் கலந்த வண்டல் படிந்திருக்கிறது.பாதங்களில் மென்மை படர அம்மண்ணில் புதைய புதைய நடக்கையில் உவகையாய்ச்

சிரிக்கிறார்கள். குதித்து,குதித்து மண்ணின் மென்மையை இன்னும் உணர்கிறாள்.எதைப் பார்த்தாலும் சிரிக்கிறார்கள்.

சுமதி அந்தப்பாட்டச் சொல்லேன்.

‘தேரா மன்னா செப்புவதுடையேன்

எள்ளறு சிறப்பின் இமையவர்.,

பாதியிலயே பொங்கிப்பொங்கிச் சிரிக்கிறாள்.

பாக்யாவும் சேந்துக்கறா.

‘‘ஏண்டீ சிரிக்கறிங்க?

அன்னிக்கு கிளாஸ்ல நம்ப மொளகாப்பழம் இந்தப் பாட்ட எடுத்துச்சி.இவளும்,வனிதாவும் சிரிச்சாளுங்க.வூட்டுக்காரங்கிட்ட சண்ட போட்டாளோ என்னாவோ,செம அடி அடிச்சதோட எல்.எம் கிட்டயும் சொல்லிட்டா.அந்தாளு கிளாஸ் டீச்சரா.. சரியா மொக்க போட்டான்.நீங்க எதுக்கெடுத்தாலும் வகுப்புல சிரிக்கறீங்கன்னு.

‘‘ நீ ஏண்டி அப்புடி சிரிச்ச.’’

‘‘இல்லடி தேரா மன்னானு சொல்றப்ப நம்ப மொளகாத் தொண்ட அப்டியே உள்ள இழுக்குது,கண்ணு கலங்குது,என்னாவோ இவதான் கையில செலயோட நின்னு கூவறதா பீல் பண்ணா.அந்தப்பாட்டு வேற தேரா,ஆவின்,நடுநா நடுங்க...அப்டினல்லாம் வரவும் நான் வனிதாவப் பாத்தேன்.அந்தக்கழுத சிரிச்சிட்டா அவ்ளோதான் எனக்கும் சிரிப்பு வந்துருச்சி.‘

‘‘அடி அது செல இல்லடீ செலம்பு.கால்ல போட்டுக்கறது.’’

‘அத்தா தண்டிய மாட்டினு எப்புடிரீ நடப்பா?.. சிரிக்கிறார்கள்.

ஆனா எங்காத்தா கூட என்னேரம் என்னாடி இளிப்புன்னு திட்டுது.அது என்னாவோடி எனக்கு சிரிப்பு வந்துருது. இருண்ட

புளியமர நிழலைத்தாண்டிச் செல்கிறார்கள். தக்காளிச் செடிகளும்,மிளகாய்ச் செடிகளும் அந்த சிவப்பு மண்ணில் செழித்து நிற்கின்றன.தண்ணீர் பாய்ச்சிய தடங்கள் நீண்டவழிகளாய்.ஈரமான சேற்றைக் குனிந்து தொடுகிறாள்.விரலால் தன் பெயரை எழுதுகிறாள்.

தான்றி மரத்தின் வெளுத்த பூக்கள் சிதறிய கவலைக்கல் மீது அமர்கிறாள் .கவலை ஓட்டிட்டு சாலையும்,தொம்பையையும் அப்டியே விட்டுட்டு போயிருந்தான் சக்கரை .ஏற்றிக்கட்டிய பாவாடைகளுடன் மூவரும் பச்சையான நீரில் இறங்குகிறார்கள்.நீரின் வெம்மையில் உடல் சிலிர்த்து சிரிக்கிறாள்.தண்ணீர் பரப்பில் பாவாடை பம்மென உப்பி வர மூவரும் முங்கி முங்கி நீந்துகிறார்கள்.

வாடி ரெம்ப நேரம் இந்தக்கொல்லையில தனியா இருக்கக்கூடாது. காட்டேரி வரும்.மரங்களின் அடர்வுகளில் அக்கோவ் என்ற சத்தம் தூரத்தில் கேட்கிறது.கைகளும் கால்களும் நீரில் ஊறி சுருங்குமளவிற்கு நீந்திவிட்டுத் திரும்புகிறார்கள்.

''வீட்ல சொல்லாதடீ.எங்கண்ணன் ஒதைப்பான்.

நீ சொல்லாங்காட்டியும் உங்கண்ணு ,மூஞ்சியப் பாத்தே தண்ணில அமுந்துட்டு வரன்னு எல்லாருக்கும் தெரியும்.''

பாக்யா.. இட்டிலியா.மொளகாப்பொடியப் பாத்து தின்னுடி அடைக்கும்.

' சீக்கிரம் சாப்புடுங்கடீ வாராவதிகிட்ட போலாம்.

சி கிளாஸ் சரவணன் கேங் நேத்தே அங்க வந்தானுங்கடீ.

வரட்டுமே அவுனுங்க கிட்ட வரமாட்டானுங்க.அவனுங்க பாக்கறது கூட நல்லாத்தான இருக்கு.அந்த மோதினுக்கு மட்டும் தைரியம்.ரெக்கார்ட நோட்டத் தாங்களேன்னு நேத்து கேட்டான்.

எப்ப?

நான் பிசிக்ஸ் லேப்ல நேத்து அப்சர்வேசன் எழுதிட்டிருந்தப்ப. மொறச்சேன்.போயிட்டான்.

‘ அது சரி கிருஷ்ணன் கேட்டா வெங்கட்டா குடுத்திருப்பா.சிரிப்பு பரவுகிறது.

‘ அவன் எனக்கு சொந்தக்காரன்டீ.‘

‘ அது எப்புடி அவன் உனுக்கு சொந்தமாவான்?

‘ .அவந்தாண்டீ இவளுக்கு ரெக்கார்ட் நோட் வரயறது.‘

போங்கடீ......

அவளுக்கு சிரிப்பு மட்டுந்தான் தெரிந்த காலங்கள் அவை,

.ஈஸ்வரி அண்ணமொண்ட்டி கூட வேங்கடம்மா கோயிலுக்கு போவயில கூட அவ ‘‘சிரிக்காத வேங்கட்டா’’ன்னு அதட்டினா. பாதிரி மலை தாண்டி இன்னொரு மலை ஏறிப் போவணும்.வழியெல்லாம் அல்லாரும் ஆத்தாளப்பத்தி பேசிக்கினு போறாங்க.கல்லுப்பாற வழியத் தாண்டி சின்ன மலைமேல இருக்குது அந்தக் கோயில். கல் தூண்களெல்லாம் கருமையாய் எண்ணெய் படிஞ்சிருக்கு.இவள் போய் பக்கத்துல நின்னு பார்க்கிறாள்.யானை,தாமரைப்பூ,கையில் வேலுடன் வீரன்,நடனமிடும் அழகிய பெண் என பல உருவங்கள்.’’இந்தக்கொயிலே ஆயரம் வரசத்துக்கு முன்னால கட்டனது.செலயெல்லாம் அண்ணாமலையாரு கோயில செஞ்ச சிற்பி செஞ்சது’’ கூட வந்த பெரியவர் ஒருத்தர் சொல்றார்.. கோவிலின் உள்ளே செல்கிறார்கள் .இருண்ட கருவறையில் விளக்கொளியில் அன்னையின் முகம்.புன்னகை பூக்கும் இதழ்கள்,மூக்குத்தி அணிந்த நாசி,கருணை பொங்கும் விழிகள்,வி ரிந்த சடை,ஒரு காலை மடக்கி அமர்ந்திருக்கும் தோரணை...வேங்கடம்மா.. ,தாயே எங்களக் காப்பாத்து.ஈஸ்வரி அண்ணி அழுகிறாள்.அவளைப் பார்த்ததும் வெங்கட்டாவுக்கும் கண்கள் கலங்குகின்றன..அம்மா என்று அன்னையின் பாதங்களில் விழுகின்றனர்.

பொங்கல் வைத்து படைத்து விட்டு கல் படிக்கட்டுகளில் உட்கார்ந்திருக்கையில் ஈஸ்வரி அண்ணி சொல்றா''நல்லா படி.எதனா ஒரு வேலைக்கிப் போ.அப்பறமா கல்யாணத்தப் பத்தி பேசிக்கலாம்''..எல்லாத்துக்கும் சிரிக்காத வெங்கட்டா''

'' சரின்னு தலையாட்டுறா,. .ஈஸ்வரி அண்ணிக்கு வீட்டுல நெறைய பிரச்சனை.கோயிலுக்கு வந்தாலே அழுதுடுவா.

ஒருக்கா வெள்ளாண்டப்பன் மலைக்கு போனப்ப அந்தப் பெரிய பாறையப் பார்த்துட்டு அப்பிடியே மயங்கி கீழ உழுந்துட்டா. வெங்கட்டாவுக்கு அவ கூட கோயிலுக்குப் போக எப்பவுமே பிடிக்கும்..ஆனா அவ அழறதப் பாக்க பாவமா இருக்கும்.

விடுமுறை நாட்களில் வெங்கட்டாவுக்கு கால்கள் தங்காது.. சுமதி,பாக்யா,மணிமாலா எல்லாரும் சேர்ந்துகிட்டு வெளையாடப் போவாங்க.ஆந்தை மரத்தோப்பு என்று இவர்கள் அழைக்கும் வாகைமரக்காட்டு வழியாக போவார்கள்.சில நேரம் அங்கேயே லண்டானா புதர்களில் விறகு உடைத்து கட்டி, தலையில் வைத்து தூக்கி வருவார்கள்.விறகு உடைப்பது என்பது பேருக்குத் தான்.எல்லா இடத்திலும் சிரிப்பும்,விளையாட்டும் தான்.

மஞ்சள்,சிவப்பு,ஊதா,ரோஸ் நிறங்களில் சின்ன சின்ன கொத்துகளாய் பூத்திருக்கும் லண்டானா பூக்களைப் பறித்து பந்துகள் செய்து விளையாடுவார்கள்.கல்லாட்டம்,தாயம் என்றெல்லாம் ஆடிவிட்டு வயிறு பசிக்கும்போது தான் வீட்டு நினைவே வரும்.சிலவேளைகளில் சின்னப்பொண்ணு கெழவிக்குத் தெரியாம அவ மேய்க்கற ஆடு எதையாவது புடிச்சிட்டு வந்து கொட்டாங்குச்சிகளில் பாலைக் கறந்து விடுவார்கள்.அதில் வெப்பளாந்தழையைப் போட்டால் கொஞ்சநேத்துல அது கட்டியா மாறிடும்.அப்டியே எடுத்து சாப்பிடுவார்கள்..பட்டுப்புழு வளர்ச்சி ஆபீசு தோட்டத்துல இருக்கற செடியிலிருந்து சிவப்பான கருப்பான பழங்களைப் பறித்து தின்பார்கள்.

அன்றைக்கு என்ன தோன்றுமோ அதுதான் அன்றைய இடம்.பெரிய பையன் சீட்டன் கொல்லையில இருக்கும் தான்றி மரக்கிணறு,பாதர் ஏரிக்கரை,கெவுறுக்கொல்லி, சில்லுனு இருக்கும் ஜொன மடுவு,மொக்கு மாவு எடுக்கற அம்பட்டாம் பாறை என்று எங்கேயாவது இருப்பார்கள்.

சிவப்பாகப் பூத்திருக்கும் மயில்கொன்றை மரங்களைத் தாண்டி சுடுகாட்டுப்பாறை மேட்டுல இருக்கற செக்கிலிக்கொட்டா வழியில பூந்து ஏரிக்குப் போறாங்க.ஏரி ஓரமெல்லம் அடப்பங்கொடி படர்ந்து பெரிசு பெரிசா பூத்திருக்கு.பம்பரக்காய் என்று இவர்கள் சொல்லும் ஏரிமண்டைச்செடிகள் பாதி நீரில் வரிசை வரிசையாய் தீக்குச்சிகளை அடுக்கி வெச்சாப்புல நெருக்கமா நிற்கின்றன.அவற்றின் அகன்ற நீள இலைகளை பூக்கார ஆண்டிக்கிழவன் பறித்துக் கொண்டிருக்கிறான். பால் வடியட்டும் என்று இலைகளை கரையோரப் புல்லில் போட்டிருக்கிறான். மாலை கட்டும்போது இடையில் வைத்து கட்ட இந்த இலையைத்தான் பறிச்சிட்டுப் போறாங்க.ஏரிச்செடிகளில் ரேடியோப்பூக்கள் இளஞ்சிவப்பு வண்ணத்தில் கும்பல் கும்பலாய் பூத்திருக்கின்றன.வெங்கட்டாவும் அவள் சிநேகிதக்காரிகளும் அதைத்தாண்டி வந்து சீமை வாகை மரங்கள் வளைந்து நிற்கும் கரையிலிருக்கும் சரிவில் இறங்குகிறார்கள்.மண் வண்ணத்தில் செருந்திப்பூக்கள் நீள நீள நாணல்களில் நிறைந்திருக்கின்றன.பச்சைத் தண்டுகளுடன் வள்ளஞ்செடிகள் படர்ந்திருக்கின்றன.வெண்மையாய் பகன்றைப் பூக்கள் வளைந்து வளைந்து சங்குகுகளைப் போல பூத்திருந்தன. வெங்கட்டாவும்,சுமதியும் அப்பூக்களைப் பறித்து தலையில் வைத்துக் கொள்கின்றனர்.

ஏரியில் நீரின்றி பல இடங்கள் வறண்டிருக்கின்றன.ஒரு பக்கம் ஆழமான நீரும்,சகதியுமாய் இருக்கிறது.கொக்குகளும்,குருகுப் பறவைகளும்,மங்கலான நிற நாரைகளும்,நீல வண்ண மீன் கொத்திகளும் சிறகசைத்து சப்தமிடுகின்றன.சேற்றின் நாற்றம்

பரவியிருக்கிறது. தண்ணீரின் மறுபக்கத்தில் நிறைய பையன்களும், ஆட்களும் மீன் பிடித்துக் கொண்டிருக்கின்றனர்.வலைகளிலும் தூண்டில்களிலும் மீன்கள் துள்ளுவது தெரிகிறது.தண்ணீர் குறைவாக இருப்பதால் மீன் எளிதாக கிடைத்து விடும்.மீன் சுத்தம் செய்து கொண்டிருப்பவர்களுடன் நாய்கள் நிற்கின்றன.

நாணல் செடிகளைப் பறித்து இரண்டு புறமும் ஆளுக்கொருவராகப் பிடித்து சுமதியும்,வெங்கட்டாவும் பிரிக்கிறார்கள்.தண்டு பிரிய பிரிய நடுவில் நாணல் இரண்டிலிருந்து மூன்றாகப் பிரியுது. சுமதி சொல்றா

''ஏ உனுக்கு மூணு புள்ளைங்க பொறக்கும்'' எல்லாரும் சிரிக்கிறார்கள்.

ஏரியின் இந்தக் கரையில் வெள்ளை வெளேரென்ற அடிமரங்களும், வளமையாய் படர்ந்து கீழ் நோக்கி வளையும் நீள நீள இலைகளுமாய் தைல மரங்களும் நிற்கின்றன. ஏரி நீர் காற்றில் அலைந்து அலைகள் எழுகின்றன. ஓரங்களில் பச்சைப் புற்கள் வளர்ந்திருக்கின்றன. சின்ன சின்ன மூக்குத்திப் பூக்கள் சிவப்பும்,ஊதாவுமாய் படர்ந்திருக்கின்றன.

வெண்மையான கொட்டிப்பூக்கள் நீரில் தெரிகின்றன. கண்ணாடியாய் ஒளிரும் நீரில் வேலம்பாசிகள் வலைகளாய் அசைகின்றன. சிறு சிறு மீன் கூட்டங்களும், தலைப்பிரட்டைகளும் நீந்துகின்றன.

இவர்கள் தண்ணீரில் ஓரமாய் நடந்து சேற்றுப் பகுதிக்குச் செல்கிறார்கள்.சேற்றில் கால்கள் புதைவது இவர்களுக்கு உற்சாகமாய் இருக்கிறது.கால்களை வலுவாக இழுத்து அடி வைக்கிறார்கள்.சேறும் நீரும் பாசியும் கலந்து மணம் பரவுகிறது.நீர் தேங்கியுள்ள இடத்தில் நின்று பாக்யா சொல்கிறாள் ‘இங்க தான் கொரவை இருக்கும்டீ''

சேற்றில் கை விட்டுத் துழாவுகிறார்கள்.தண்ணீரில் இன்னும் கொஞ்சம் உள்ளே போகிறாள் வெங்கட்டா.தண்ணீரில் அசைவு சேற்றின் மேலே லேசான இறகுகள் தெரிகின்றன.குனிந்து கையில்

பிடிக்கிறாள்.மீன் துள்ளுகிறது.சின்ன குரவை மீன் தான்.சுமதியிடம் தருகிறாள்.ஊனாங்கொடி ஒன்றில் அதைச் சொருகி வைக்கிறார்கள்.துள்ளுகிறது.இன்னும் நீரில் துழாவுகிறார்கள்.பெரிய பெரிய குரவைகள் சிக்குகின்றன.கருமையாய் உருண்டை வடிவில் நீண்டு துள்ளும் குரவை மீன்களை வெங்கட்டாவுக்கு ரொம்ப பிடிக்கும். சாப்பிடவும்,பார்க்கவும் அழகாய் இருக்கும்.ஒரு மணி நேரம் சேற்றில் அலைந்து நிறைய மீன் பிடித்திருக்கிறார்கள். பாவடைச். சட்டையெல்லாம் சேறாகி விடுகிறது.பிடித்த மீன்களைக் கொடியில் வரிசையாய். கோர்த்து எடுத்துக்கொண்டு ஏரியிலிருந்து வருகிறார்கள். ஏற்றக்கிணற்றில் குளித்து ஈரப்பாவாடையுடன் குரவைகளைக் கொண்டு வரும் அவர்களைப் பார்த்து அம்மா தலையிலடித்துக் கொள்கிறாள்.''என்ன சொன்னாலும் இவளுக்கு ஏறாது.வயிசுக்கு வந்த பொண்ணாட்டமா கீற.இன்னும் ஏரியில மீன் புடிக்கிற வயிசாடி உனுக்கு?''

, திட்டிக்கொண்டே மீன்களைக் கல்லில் உரசுகிறாள்.

புள்ள மீனு தான புடிச்சாந்துக்கறா .இன்னாத்துக்கு அவள வையற''குப்பாயா அம்மாவை அதட்டுகிறாள். மீன்கொழம்பையும், களியையும் தட்டில் போட்டு சாப்பிட்டுக் கொண்டிருக்கையில் வெளியில் யாரோ கூப்பிடும் சத்தம். வெங்கட்டாவும்,தம்பியும் பாதி சாப்பாட்டில் எழுந்து வந்து பார்க்கிறார்கள்.

வெளியில் காக்கி சீருடையில் இரண்டு வாச்சர்கள் அம்மாவிடம் ஏதோ கேட்கிறார்கள்.

''அவன் வந்ததும் வரச்சொல்லு.ரேஞ்சர் அய்யா கூட்டினு வரச்சொன்னார்.நேத்து ராத்திரி மேல்பட்டு காட்டுக்கு போயிருக்கானுங்க. ரெண்டு பெரிய மரத்த காணும்.வீட்ல தான் கட்டய வச்சிருப்பானுங்க.''

''இல்ல சாரு .வூட்டுல எதுவும் இல்ல.கட்ட.வெட்ட போவாதன்னு சொன்னாலும் கேக்க மாட்டேன்றானே'' அம்மா புலம்புகிறாள்.

இன்னும் ஏதோ ரகசியமாய் சொல்லிவிட்டு வாச்சர்கள் போகிறார்கள்.

இன்னா சொன்னாலும் ஏற மாட்டேங்குதே''அம்மாவும்,ஆயாவும் திட்டிக்கொண்டிருக்கிறார்கள்.

இருட்டி இவள் படுத்த பிறகு அப்பன் கோட்டக்கவுண்டன் குரல் கேட்குது.

''நான் இன்னாத்துக்கு ரேஞ்ச் ஆபீசுக்குப் போவணும்?இப்ப ஒரு கட்டயும் எங்கிட்ட இல்ல.அல்லாத்தையும் ஆந்தரா ஏஜண்டு வாங்கினு பூட்டான்.துட்ட கூட நானு எடுத்தாறல.பாறையூரு சீயங்கைல குடுத்து வச்சிருக்கேன்.பாரஸ்ட்காரனுங்க வந்தாக்கூட ஒண்ணும் பண்ண முடியாது.நீ கம்முனு ஈர்ட .''அப்பன் அதட்டுவது கேட்குது

அடுத்த நாள் பாக்யா வீட்டிற்கு போகிறாள்.மதகைத் தாண்டி போகையில காக்கி யூனிபார்மில் ரேஞ்சர் ரவியும்,கார்டுகளும் நிற்பது தெரியுது. இவளைப் பார்த்ததும் வாச்சர் குட்டியப்பன் ரேஞ்சாபீசரிடம் ஏதோ சொல்கிறான். அவர்கள் நிற்கும் பக்கம் போகாமல் இந்தப்பக்கம் லஷ்மணக்கவுண்டர் கொல்லை வேலியைத் தாண்டி நடக்கிறாள். திரும்பிப் பார்க்கிறாள். அவர்கள் தொலைவில் தெரிகிறார்கள். நேற்று ராத்திரி வீட்டுக்கு வந்த அப்பனைக் காலையில் காணவில்லை. அம்மாவும்,ஆயாளும் பேசிக் கொண்டதிலிருந்து அப்பன் பாறையூரு சீயங்கிட்ட போயிருக்கறான்னு தெரியுது. அப்பனை பாரஷ்டுகாரங்க பாத்தா புடிச்சுனு போயிடுவாங்கன்னு ஆயா பொலம்பிக்கிட்டிருந்தாள். இவர்களைப் பார்த்ததும் பயமாயிருக்கிறது.

பாக்யா வீட்டில் அவளுடன் சேர்ந்து கொஞ்ச நேரம் ஹெர்பேரியம் ஷீட்டில் காய்ந்த பூக்களையும்,இலைகளையும் ஒட்டுகிறாள்.

''புதங்கெழமை சப்மிட் பண்ணணும்டீ''பாக்யா சொல்லுகிறாள்.

‘‘புதங்கெழம தான அப்பன பாரஸ்ட்காரங்க வர சொன்னாங்க. சந்தனக்கட்ட அக்யூஸ்ட்டுன்னு மொபைல் கோர்ட்டுக்கு கூட்டிட்டு போயி ஜெயிலுக்கு அனுப்பிடுவாங்களாம்’’ன்னு சின்னப்பையன் மாமன் சொன்னது இவளுக்கு ஞாபகம் வருது.

நான் போறேண்டீ’’ மாலை வெயில் ஒரு பக்கம் இறங்க செடியெல்லாம் : ஆரஞ்சா தெரியுது. வேகமா நடக்கறா. ஏரிக்கரை மதகின் பக்கத்திலுள்ள சிமெண்ட் வாராவதி கிட்ட போகையில வாச்சர் குட்டியப்பன் வருவதைப் பாக்கறா.

‘‘உங்கப்பன புடிச்சி வச்சிருக்கோம். ரேஞ்சார் உங்கிட்ட என்னமோ கேக்கணும்னு வரச்சொல்றார் வா’’ என்கிறான்.காக்கி வண்ண அரை ட்ரவுசர் போட்டு கருப்பாய் ஒல்லியாய் இருக்கும் அவனைப் பார்க்கும் போதே பயமாய் இருக்கு. ஒரு கண் வேற சற்றே மாறுகண் அவனுக்கு.

வா’’ அவன் அழுத்தமாய் சொல்லவும் யோசிக்கத் தெரியாமல் போகிறாள். ஏரியிலிருந்து மேல்புறம் செல்லும் மேட்டு வழியில் இருக்கும் பங்களாவைச் சுற்றிலும் பெரிய பெரிய ஆலமரங்கள் நிற்கின்றன.

ரேஞ்சரும்,இன்னும் ரெண்டு பேரும் நிற்பது தெரிகிறது.

‘‘அப்பன எங்க காணம்?’’

உள்ள தான் இருப்பான் போ.

அகன்ற சிமெண்ட் தளங்களைத் தாண்டி படிக்கட்டில் ஏறுகிறாள். மரத்தில் வளைவு வளைவாய் செய்யப்பட்ட அலங்காரங்களைத் தாண்டி உள்ளே போகிறாள். இங்க ஏற்கனவே ஒரு முறை அம்மா கூட வந்திருக்கா.

என்ன இங்க யாரையும் காணல’’

திரும்பிப் பார்த்தால் ரேஞ்சாபீசர் ரவி உள்ளே வருகிறான். அவன் இங்க ஸ்பெசல் ஆபீசர் போஸ்டில் வந்திருக்கிறான். சந்தனக்கட்டை திருடுபவர்களைப் பிடிக்க என்று.

"சார் எங்க அப்பா எங்க?

உங்க அப்பா வந்துடுவான்,. நான்தான் ஒரு வேலையா அனுப்பியிருக்கேன்.இது என்னா கன்னத்துல..

"வேணாம்,வேணாம்...ப்ளீஸ்...

வேர்வை,சுருண்ட மயிர்,கசகசப்பு..கனமாய் அவள் மீது படர.. தொண்டை அடைக்கிறது....பலங்கொண்டு தள்ளத் தள்ள., கனக்கிறது... ஐயோ ஐயோ யார் யாரோ நிக்கறாங்களே...என்ன விட்டுடுங்க.. .ப்ளீஸ்...

அடர்ந்த புங்கமரங்களினூடே வருகிறாள்.அந்தியில் அடையும் பட்சிகளின் கிறீச்சிடல்கள்...ஆடுகளின் ஒலி... ஊமத்தம் பூக்கள் நீலமும்,வெளுப்புமாய் பெரிது பெரிதாய் பூத்திருக்கின்றன. அந்திமந்தாரைப் புதர்கள். மஞ்சள், இளஞ்சிவப்பு, வெள்ளை, சிவப்பு என பலவண்ண அந்திமந்தாரைப் பூக்கள் சிறிய பூச்சிகள் போல செடிகளில் நிறைந்து மணத்தைப் பரப்புகின்றன.நடந்துகொண்டே இருக்கிறாள்.இருட்டு சூழவும் திகில் ....

நான் அங்க போயே இருக்கக் கூடாது.அய்யோ எப்ப வீடு வரும்.அம்மாகிட்ட சொல்லலாமா?கால்களை எட்டி நடக்க முடியவில்லை.இருள் இன்னும் அதிகரிக்கிறது.பூனை ஒன்று சிறு குழந்தை போல குழறுவதைக் கேட்டு மனம் அலறுகிறது.

'எங்க போயிட்டு வர.?புக்கெல்லாம் எங்க.?'

எதுவும் சொல்லாமல் போய் படுத்துக்கொள்கிறாள். மிகப்பெரிய அந்த துப்பட்டியை இழுத்துப் போர்த்தியும் வெங்கட்டாவுக்குக் குளிர் நடுங்கியது.கைகளைத் தொடைகளின் நடுவில் வைத்து குறுகிப்

படுக்கிறாள்.உதடுகளும்,நெஞ்சும் அதிர்வதை உணர்கிறாள்.கைபட்ட இடம் எரிகிறது.இருள்... போர்வைக்குள் பரவும் இருள் மட்டுமே அவளுக்கு வேண்டும்.கண்களை இருக்க மூடினாலும் ஆரஞ்சு வண்ண ஒளி கூசச்செய்கிறது.கூரிய வெள்ளி நிறக்கத்தி அவளை நோக்கி வருகிறது.கால்களை இன்னும் இடுக்கி சுவரில் ஒண்டிக்கொள்கிறாள். காய்ச்சலால் தொண்டையெங்கும் கசப்பு பரவுகிறது.

கண்களை மூடினாலும் பளீர் வெளிச்சம், வட்டங்களாய், கோடுகளாய், வளைவுகளாய் மஞ்சளாய்,நீலமாய் வண்ணங்கள்... இதழ்கள் நடுங்குகின்றன. கழுத்தில் எரிகிறது.மேலே கனமாய் அழுத்த அதிர்ந்து எழுகிறாள்.

வெங்கட்டா.... பாப்பா என்னாச்சி? பொழுது போற நேரத்துல தனியாத் திரியாதன்னா கேக்கறயா?ஏன் அழுவற? ஒடம்பு சுடுதா ஆயா உலுக்குகிறாள்.

இன்னமும் நான் பாப்பாவா.அய்யோ..நான் சாகணும்.... அப்பாவுக்குத் தெரிஞ்சா கொன்னுடும்...

எப்ப பாரு சிரிக்காதடீ மஞ்சளா அய்த்த சொன்னாளே..நல்லா படி, ஏமாந்துடாத ஈஸ்வரி அண்ணமொண்ட்டி சொன்னாளே,

குவி லென்ஸ்,காப்பர் சல்பேட்,சாலிட்டரி ரீப்பர்,பிரசண்ட் கன்ட்டினியூஸ் டென்ஸ்,ஔரைசா சட்டைவா, மியூட்டேஷன், டார்வின், தேரா மன்னா....

கண்கள் சரிய தூங்கிவிடுகிறாள்.

''என்னாடி ஆச்சி உனக்கு.காச்சல் வுட்டுமே அமைதியா இருக்கற? .என்னேரமும் துள்ளிக்கிட்டு திரியுவ.?''

வெறுப்பு மட்டுமே இருக்கும் என அவள் எண்ணிய அம்மா அக்கறையாய் கேட்கவும் அவள் உடைகிறாள்''.ஒண்ணுமில்லமா தல கிர்ருனுது.படுத்தா சரியாயிடும் சுவற்றில் ஓரத்தில் மழைநீர் ஒழுகி

கருப்பாய் படிந்த தடத்தை பார்க்கிறாள்.ஜன்னல் வழியே மாலை வெயில் உள்ளே உருண்டையாய் கற்றைகளாய் ஊடுருவுகிறது. வெயிலில் தூசிகள் மின்னுகின்றன.சாளரத்தின் வெளியே பார்க்கிறாள். மாமரத்தின் இலைகள் ஒளிர்கின்றன.கரிய பூச்சி ஒன்று நகர்கிறது.

''நேத்து சாயந்தரம் எங்க போன? இன்னா ஆயிடுச்சு உனுக்கு''

''அம்மா...குரல் உடைகிறது. உலகத்தில் எந்த தாயும் மகளிடம் கேட்க விரும்பாத அதனைச் சொல்கிறாள்.

அய்யோ அய்யோ ஆயா நெஞ்சிலடித்துக் கொண்டு அழுகிறாள். அம்மா அப்படியே உட்கார்ந்திருக்கிறாள்.

கோட்டக்கவுண்டன் ஆத்திரமாய் எழுந்து பாரஸ்ட் ஆபிசுல போய் நிற்கிறான்.

எங்கடா அவன் ரேஞ்சரு?''கண்கள் சிவந்து உக்கிரமாய் கத்துகிறான். வாச்சர் வேடியப்பன் வந்து

''என்னாடா கத்தற?என்கிறான். அவனைப் பிடித்து வேகமாய் தள்ளி விட்டு உள்ளே போகிறான்.

சேரில் உட்கார்ந்திருக்கும் ரவியைச் சட்டையுட்ன சேர்த்துப் பிடிக்கிறான்.

டேய்! எம் பொண்ண இன்னாடா பண்ண?

''கோட்டக் கவுண்டா உன்ன தேடித்தேடி நாங்க வந்தப்ப ஓடிட்ட.இப்ப நீயே இங்க வந்த பத்தியா.அதுக்குத்தான்''அவன் கையைத் தள்ளிவிட்டு சிரிக்கிறான் .

''டேய் இன்னாடா இளிக்கற.உங்கள யாரையும் உட மாட்டேன்'' இதற்குள் வாச்சர்களும்,கார்டுகளும் வந்து கோட்டையனைப் பிடித்து வெளியில் தள்ளுகிறார்கள்.ஆத்திரமாய் எழுந்த கோட்டையன் அண்ணாமலை வீட்டுக்குப் போகிறான்.

‘‘ சந்தனக்கட்டைகளை சட்ட விரோதமாக வெட்டிக்கடத்தும் கோட்டையன் மகள் வனத்துறையினரால் பாலியல் வன்கொடுமைக்கு ஆளாக்கப்பட்டார். இதற்கான விசாரணை நடந்து வரும் நிலையில் இன்று சந்தனக்கட்டை கடத்தல்காரன் கோட்டையன் மேல்பட்டு காப்புக் காட்டில் மர்மமான முறையில் இறந்து கிடந்துள்ளார். இவ்வழக்கில் சம்பநதப்பட்ட வனத்துறை அதிகாரிகள் மற்றும் ஊழியர்கள் ஆறு பேர் சஸ்பெண்ட் செய்யப்பட்டுள்ளனர்.’’

தொலைக்காட்சியைப் பார்த்துக் கொண்டிருந்த வெங்கட்டா தலை கிறுகிறுத்து மயங்கி விழுகிறாள். அம்மா நெஞ்சிலடித்துக் கொண்டு அழுகிறாள்.

ஊரில் இருக்கவே முடியாத நிலை ஏற்பட்டுவிட்டது..டிவி ,பேப்பர் என்று வருகிறார்கள்.ஊரிலிருக்கும் யாரையும் நிமிர்ந்து கூட பார்க்க முடியவில்லை.விசாரிப்புகள்,விவரணைகள்,பின்னால் எல்லோரும் ஒரு மாதிரியாய் சிரிக்கிறார்கள்.வெங்கட்டாவுக்கு சாகணும் என்பது மட்டுமே புரியுது.வேற எதுவும் தோணல. ஆயாளும், அம்மாவும், சீந்தலா சித்தியும் இவ கொல்லப்பக்கம் போனாக்கூட தொணைக்கு வறாங்க,கெணத்துல உழுந்துடுவாளோன்னு பயப்படறாங்க..பத்து நாளுல சின்னபையன் மாமன் இவர்கள் இருவரையும் பாதிரி மலைக்கு ஜெயா வீட்டுக்கு அனுப்பி வைத்தது.

யார் எங்கு பார்த்தாலும் விசாரிப்புகள்,பரிதாபங்கள், ஏளனங்கள் என்று தாங்க முடியாத நிலையில்தான் வளர்மதியுடன் குடகுக்கு காப்பித் தோட்ட வேலைக்கு வந்திருக்கிறார்கள்.வேறு இடமும் சூழலும் என்றாலும் சுற்றி இருக்கும் எல்லாருக்கும் அவள் கதை தெரிந்து தான் இருக்கிறது. நாட்களை நகர்த்துகிறாள்.

‘‘வேங்கட்டா ஏழ்ந்திரு மனா’’ வளரக்கா எழுப்புகிறாள்.இன்னும் விடியவில்லை. கண்கள் எரிகின்றன. தலை மேல் பிளாஸ்டிக் கவர்களைப் போர்த்தியவாறு நடக்கிறார்கள்.

வெங்கட்டா போய் மூங்கில் கூடைகளை எடுத்து இடுப்பில் வைத்து எடுத்துக் கொள்கிறாள். லேசான காலைவெளிச்சம் இறங்கி வெளுக்கிறது. காப்பி பழங்களைப் பறித்துக் கூடையில் போடுகிறாள். மரத்தில் ஏதோ சத்தம் கேட்கிறது, அசைவது போலவோ மூச்சு விடுவது போலவோ. கிளைகளில் உற்றுப் பார்க்கிறாள். எதுவும் தெரியவில்லை. கொரங்கு இல்லன்னா அணிலா இருக்கும் என்று நினைத்துக் கொண்டு பனித்துளிகள் இறங்கிய ஈரமான சிவந்த காப்பி பழங்களை உறுவிக் கூடையில் போடுகிறாள். காலில் எதோ மெத்து மெத்தென்று படுகிறது, அட்டையாக இருக்குமெனெ உதறுகிறாள். சுளீரென காலில் வலிக்கிறது ஏதோ கடிக்குதா

‘‘,அய்யோ அம்மா கீழே பார்க்கிறாள். ஏதோ அசையுது .

‘‘பாம்பு பாம்பு ‘‘அலறுகிறாள். எல்லாரும் ஓடி வருகிறார்கள். கண்கள் இருட்டிக் கொண்டு வர அப்பிடியே கீழே உட்காருகிறாள்..

பெரிய கட்டுவிரியாம் பாம்பு கூடையில படுத்துனு இருந்திருக்கு’’

அவசரமாய் அவளைத் தூக்கி வருகிறார்கள்.

ஆசுபத்திரி கொந்தனஹல்லில தான் இருக்கு. எஸ்டேட் ஆபீசுக்கு தூக்கிட்டு வாங்க ,கம்பவுண்டர் பர்ஸ்ட் எய்ட் எதாவது குடுப்பாரு’’ சன்னப்பா சொல்கிறான்.

வேங்கட்டாவுக்கு கால்கள் மரத்து தலையெல்லாம கொதிக்குது. உடம்பில்.தலையில் ஏதோ ஊடுருவி மயக்கமாய்,குழப்பமாய்,ஒரு பக்கம் பறப்பது போல உணர்கிறாள். என்ன மேல மேல போறேன். தூக்கறாங்களா.’’

‘‘அய்யோ மவளே ‘‘வளரக்காவின் குரல்,அம்மாவின் குரல் எங்கேயோ தூரத்தில் கேட்கிறது.வானத்தில் வெளிச்சமாய்,அழகாய் தெரியுதே. நட்சத்திரமா லைட்டா? நெஜமாவே வானத்துல பறக்குறேனா,.. மேகத்துல ஏறிப் போயி எங்க மலையப் பார்க்கப்போறேனா..இனிமே யாரும் என்னிய பார்த்து பரிதாபப்

படமாட்டாங்க.,கேவலாம சிரிக்க மாட்டாங்க, அழுக்கு.மண்ணு,சேறு எதையும் மிதிக்க வேணாம். வெள்ளை வெளேர்னு இருக்கற பஞ்சு மேகத்துல பறந்துகிட்டே இருப்பேன். இருட்டுல யாரும் என்னைக் கூப்பிட மாட்டாங்க..வெள்ளையா,பொன்னா மின்னற வேங்கடப்பனோட வானத்துக்குப் போறேன்..இருட்டுல உக்காந்து அழ வேண்டாம். ஆம்பள கொரல் கேட்டாலே பயந்து நடுங்க வேண்டாம்..வேங்கடம்மா தாயே..,ஒடம்பெல்லாம் சிலிர்க்குது கண்ணு மூடுதே..பறக்குறனேம..கண்கள் அசைவற்று நிலைக்கின்றன.

உலகில் பிறந்து வளமையாய் வாழும் கோடிக்கணக்கான பெண் குழந்தைகள் எத்தனையோ பேர்களைவிடத் தூய மனங்கொண்ட அவளை இச்சமூகம் சேற்றிலே அழுத்தினாலும் அவள் மீது எந்த அழுக்கும் இல்லை. எல்லாவற்றிலும் இருந்து எழுந்து இவ்வுலகில் வந்த களங்கமற்ற தேவதையாய் வானமண்டலங்களைக் கடந்து அவள் செல்கிறாள்.